Tsayuwa A Cikin Tazara Ga Al'ummai

- Wuraren Addu'o'i 320 Masu Dabaru Don Tuddai Bakwai Masu Tasiri

Kallo na Kwanaki 40 na Addu'a ga Coci, Shugabanni, da Kafa Mulkin Allah a cikin Al'ummai

Tattara Masu Ceto Miliyan 10 don Jerin Kungiyoyin Duniya | 2

Ta hanyar

Zakariyya Godseagle ;
Amb . MO Ogbe ;
C. Ladi Ogbe ;

Table of Contents

HAKKIN HAKKIN MALLAKA
© SHAFI

Tsayuwa A Cikin Tazara Ga Al'ummai
Wuraren Addu'o'i 320 Masu Mahimmanci Don Tuddai Bakwai Masu Tasiri - Kallon Addu'o'i na Kwanaki 40 na Ikklisiya, Shugabanni, da Kafa Mulkin Allah a cikin Al'ummai

Tattara Masu Ceto Miliyan 10 don Jerin Kungiyoyin Duniya | 2

MARUBUTA
Zacharias Godseagle
Ambassador Monday O. Ogbe
Comfort Ladi Ogbe

MAI BUGA
Zacharias Godseagle da Godseagle Ministries
An buga ta: **Zacharias Godseagle**
Tuntuɓi - https://www.otakada.org
ambassador@otakada.org

Waya/Sakon SMS +13024922440;
Whatsapp +2348032835348

SANARWA TA NASSI
Sai dai idan an nuna akasin haka, an ɗauko ambato daga fassarar Turanci da aka saba amfani da ita. An ƙara jaddadawa a wurare don fayyace da kuma mai da hankali kan ibada.

BAYANIN BUGA
Bugun Farko na Amurka

Sadaukarwa

An keɓe wannan littafin da farko ga **Ubangiji Yesu Kiristi** , Babban Firist na har abada wanda ke yin addu'a ga mutanensa koyaushe.

Ana bayar da ita ne don godiya ga **Ruhu Mai Tsarki** , wanda ja-gorarsa, tabbacinsa, da ikonsa suka sa duk wani roƙo na gaskiya ya yiwu.
Ina kuma sadaukar da wannan aikin ga masu bi da yawa a faɗin duniya waɗanda suka tsaya a kan gibin da ke tsakanin Ikilisiya da al'ummai. Addu'o'inku, waɗanda mutane ba sa gani kuma ba sa ji, Allah ne ya san su kuma ya girmama su.

A ƙarshe, wannan littafin an sadaukar da shi ga iyalina, waɗanda goyon bayansu, haƙurinsu, da ƙarfafawarsu suka ci gaba da wannan aikin tsawon shekaru.

Bari wannan albarkar ta ƙarfafa duk waɗanda ke ɗauke da nauyin addu'a kuma ta zaburar da wasu da yawa su tashi tsaye su tsaya a cikin gibin don manufar Allah a duniya.

GODIYA

Ina mika godiyata ga **Allah Uba, Ubangiji Yesu Kiristi, da Ruhu Mai Tsarki** , wanda shiriya, jinƙai, da ikonsa suka ci gaba da wannan aikin ceto a cikin shekaru ashirin da suka gabata. Ba tare da alherinsa da jagorancinsa akai-akai ba, da babu ɗaya daga cikin wannan tafiya da zai yiwu.
Ina matukar godiya ga **iyalina** , musamman matata, wacce ƙarfinta, imaninta, da juriyarta a lokacin abubuwan da suka fara wannan tafiya a shekarar 2006 suka zama ƙofar da aka fara wannan aikin. Tallafinku da haƙurinku a tsawon shekaru sun kasance tushen ƙarfafa gwiwa koyaushe.

Ina kuma yaba wa **masu bi da masu roƙo da yawa** waɗanda suka ɗauki nauyin addu'a tare da ni da aminci. Da yawa daga cikin waɗannan mutane ba a gani ba kuma ba a san su ba ga duniya baki ɗaya, duk da haka addu'o'insu sun kasance masu matuƙar muhimmanci wajen ci gaba da wannan sa idon addu'a ga Ikilisiya da al'ummai.

Godiyata ta kuma tabbata ga **fastoci, shugabannin coci, da kuma hidimomin** da ke aiki da aminci don almajirantar da kuma ci gaba da bisharar Yesu Kiristi. Jajircewarku ga aikin Mulki ta ci gaba da ƙarfafa jikin Kristi.

A ƙarshe, ina mika godiya ga duk waɗanda za su shiga cikin wannan addu'a ta hanyar amfani da wannan jagorar. Allah Ya ƙarfafa hannuwanku, Ya ƙara zurfafa imaninku, Ya kuma ba ku ikon tsayawa da aminci a cikin gibin da ke tsakanin Ikilisiya da al'ummai.

Ambasada Monday O. Ogbe
Zakariya Godseagle

GAME DA LITTAFIN - Tsayawa Cikin Tazara Ga Al'ummai

Wuraren Addu'o'i 320 Masu Dabaru Don Tuddai Bakwai Masu Tasiri

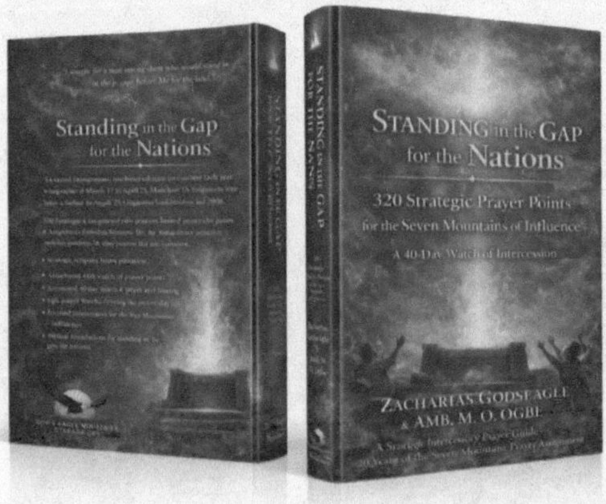

Kallo na Kwanaki 40 na Addu'a ga Coci, Shugabanni, da Kafa Mulkin Allah a cikin Al'ummai

Tattara Masu Ceto Miliyan 10 don Jerin Kungiyoyin Duniya | 2

Fiye da shekaru ashirin, kiran annabci zuwa ga addu'a ya tsara wani aiki na musamman na addu'a ga Ikilisiya.
A shekara ta 2006, a lokacin wani yanayi na damuwa na kashin kansa yayin da matarsa ke cikin gaggawa ta gaggawa a Landan, **Ambasada Monday O. Ogbe** ya fuskanci wata babbar ganawa da Ubangiji. A wannan lokacin na rashin tabbas da mika wuya, Ubangiji ya sanya masa umarni a fili:

"Ku yi wa Cocina addu'a kuma ku yi wa shugabannin al'ummai addu'a duk inda suke a cikin tsaunukan masu tasiri."

Daga wannan karo ya bayyana wani aiki na ceto ga Ikilisiya da kuma al'ummai na tsawon rai—musamman ga waɗanda ke hidima a cikin **Tuddai Bakwai na Tasiri** :

• Addini
• Iyali • Ilimi • Gwamnati • Kafafen Yaɗa Labarai da Sadarwa
• Fasaha da Al'adu • Kasuwanci da Tattalin Arziki

Waɗannan fannoni suna tsara dabi'u, alkibla, da kuma shawarwarin al'ummomi da ƙasashe. Lokacin da masu bi suka yi addu'a ta hanyar dabara don waɗannan fannoni, suna shiga cikin aikin Allah na kawo sauyi a cikin duniya.

Tun daga **shekarar 2006** , ana yin wannan lokacin addu'a da azumi da aminci kowace shekara daga **17 ga Maris zuwa 25 ga Afrilu** . Abin da ya fara a matsayin aikin biyayya na mutum ɗaya a hankali ya zama agogon ceto da masu bi waɗanda ke da nauyin yin addu'a ga Ikilisiya da kuma al'ummai ke ɗauka.

Yanzu, **bayan shekaru ashirin** , an shirya wannan ƙaramin littafi don taimaka wa wasu su shiga cikin wannan aikin. Ana kuma fassara shi zuwa **harsuna sama da 50** , tare da hangen nesa na tattara ƙungiyoyin **masu ceto miliyan 10 a duk duniya** .
Ka zama wani ɓangare na wannan ƙungiyar roƙo ta duniya don ɗaukakar Allah.
Wannan kayan aikin yana da tsarin da aka tsara don shiga tsakani kuma ya haɗa da:

• **Addu'o'i 320 masu mahimmanci bisa ga Littafi Mai Tsarki**
• **Kwanaki 40 na addu'o'i masu mahimmanci**

• **Kallon addu'o'i takwas kowace rana**
• **Tushen Littafi Mai Tsarki don sauye-sauyen ƙasa da al'adu**
• **Addu'o'i masu manufa don Duwatsu Bakwai Masu Tasiri**

Waɗannan addu'o'in ba wai kawai tunani ne na ibada ba. **Addu'o'i ne na gwamnati** —addu'o'in da ke daidaita Ikilisiya da manufofin fansa na Allah ga shugabanni, al'adu, da al'ummomi.
Wannan ɗan littafin yana gayyatar masu bi, masu roƙo, ƙungiyoyin addu'a, da majami'u su shiga cikin sa ido ɗaya domin:

• Cocin zai tashi cikin tsarki, haɗin kai, da ikon ruhaniya
• Shugabanni a kan tsaunukan masu tasiri za su haɗu da hikimar Allah • Bishara za ta isa ga waɗanda ba su yi imani ba tukuna • Kuma za a kafa Mulkin Allah a cikin al'ummai

Kiran ya kasance iri ɗaya a yau kamar yadda yake a farko:
Tsaya a cikin rata.
Kuma ta hanyar addu'a mai aminci, a yi nufin Allah **a duniya kamar yadda yake a sama** .

Shalom.
Zakariyya Godseagle
Amb . MO Ogbe
C. Ladi Ogbe
Ayyukan Mikiya na Allah
https://www.otakada.org
ambassador@otakada.org

Sharhin Mai Karatu na Gaba

Muryoyi daga Masu Ceto

"Tsayawa a Cikin Tazara ga Al'ummai ya fi jagorar addu'a - littafi ne mai mahimmanci don shugabanci na ruhaniya. Agogon da aka tsara, tushen littafi mai tsarki, da addu'o'in da aka yi niyya ga Duwatsu Bakwai sun sa wannan kayan aiki mai karfi ga masu roko na gaske."
- Babban Fasto & Shugaban Masarauta

"Wannan littafin yana dauke da nauyin shekaru da yawa na biyayya a cikin addu'a. Addu'o'in suna da karfi, na littafi mai tsarki, kuma annabci. Yana ba masu bi damar yin addu'a fiye da bukatun kansu da kuma nufin Allah ga al'ummai."
— Shugaban Kungiyar Addu'o'i ta Duniya

"Ba kasafai muke samun tushen addu'a wanda ya hada da yakin ruhaniya mai zurfi, roko don jagoranci, da hangen nesa na Mulki na duniya ba. Wannan jagorar za ta kunna sabon matakin addu'a a cikin mutane da majami'u."
- Shugaban Hidimar Manzanni

"Tsarin kwanaki 40 tare da agogon addu'o'i takwas kowace rana yana kirkirar tsarin ceto mai kyau wanda ke daidaita masu bi da ajanda ta sama. Wannan babban tushe ne ga kungiyoyin addu'o'i da hidimomi."
— Daraktan Cibiyar Addu'ar Addu'a ta Addu'a

"Saduwa da marubucin da Allah da kuma sadaukarwar da ya yi na shekaru biyu ga wannan aikin ya ba wa wannan littafin iko mai ban mamaki. Yana da amfani kuma yana da zurfi a annabci."
- Jagorancin Jagorancin Kirista

"A lokacin da al'ummai ke cikin rikici, Cocin yana bukatar jagorori irin wannan waɗanda ke kiran masu bi zuwa ga bagadin addu'a. Wannan aikin yana ba jikin Kristi damar tsayawa a cikin wannan gibin yadda ya kamata."
— Shugaban Ma'aikatar Kasashen Duniya

"Addu'o'in da ke cikin wannan jagorar ba na yau da kullun ba ne ko kuma na yau da kullun. Addu'o'in gwamnati ne—furanni masu karfi waɗanda aka samo asali daga Nassosi waɗanda ke bayyana manufofin Allah a kan birane da al'ummai."
- Mai Gudanar da Addu'ar Roko

"Wannan yana ɗaya daga cikin littattafan addu'o'i mafi cikakken bayani da na taɓa gani ga masu roko. Haɗa tsarin tsaunuka bakwai tare da agogon addu'a mai kyau abin mamaki ne."
— Marubucin Kirista & Mai Dabaru na Addu'a

"Idan kai mai roko ne, ko shugaban coci, ko kuma wani ɓangare na kungiyar addu'a, wannan littafin zai zama abokin tafiya a rayuwar addu'arka."
— Fasto & Mai Shuka Coci

"Zurfin Nassosi, da sanarwar annabci, da kuma azumin da aka tsara sun sanya wannan kayan aiki na ruhaniya mai mahimmanci ga wadanda ke son yin tarayya da Allah wajen tsara makomar al'ummomi."
- Shugaban Ayyukan Duniya

"Tsayawa a Cikin Gabar Al'ummai yana kira ga masu bi su koma ga matsayinsu na firistoci—su yi wa shugabanni, al'ummomi, da al'adu addu'a domin a kafa Mulkin Allah a duniya."
— Malamin Kirista

"Wannan littafin ba wai kawai yana koyar da addu'a ba ne—yana kunna addu'a. Zai zaburar da masu bi a duk duniya su tashi a matsayin masu tsaro ga Ikilisiya da al'ummai."
- Mai Gudanar da Addu'a

Gabatarwa

Kiran Tsayawa Cikin Tazara

Akwai lokutan rayuwa da Allah ke katse mana yanayin rayuwarmu na yau da kullun kuma ya kira mu zuwa ga wani abu da ba mu taɓa tsammani ba.

Sau da yawa waɗannan lokutan suna zuwa ne a tsakiyar rashin tabbas, rauni, da kuma mika wuya—lokacin da muka fahimci cewa ƙarfinmu kaɗai bai isa ba.

Wannan jagorar addu'a ita ce 'ya'yan irin wannan lokacin.
A **watan Maris na 2006** , a lokacin wani yanayi mai matuƙar ƙalubale a rayuwar iyalina yayin da matata ke asibiti a Landan tana fuskantar wahalar haihuwa, na fuskanci wani wahayi daga Ruhu Mai Tsarki wanda zai tsara tafiyar shekarun da suka biyo baya.

Abin da ya fara a matsayin wani aiki mai sauƙi na biyayya—wanda ya mayar da martani ga ra'ayin fara **azumin kwana arba'in** —ya bayyana kansa da sauri a matsayin wani abu mafi girma fiye da motsa jiki na ruhaniya na mutum.
A lokacin addu'a, nauyin da Ubangiji ya ɗora mini bai dogara ne akan yanayin da nake ciki ba. Maimakon haka, ra'ayoyin da suka zo sun mayar da hankali ne ga **Cocin, shugabanninta, da kuma yanayin ruhaniya na jikin Kristi a faɗin al'ummai** .
Mayar da hankali kan waɗannan addu'o'in ya yi ta nuni zuwa ga wuraren da ake yin tasiri a cikin al'umma—wuraren da ke tsara al'ummomin, al'adu, da gwamnatoci.

Bayan lokaci sai ya bayyana cewa wannan ba an yi nufin ya zama abin da za a yi sau ɗaya ba, amma farkon aikin ceto da ake yi.

Tun daga wannan lokacin farko a **shekarar 2006** , ana yin wannan addu'a da azumi na tsawon kwanaki arba'in kowace shekara daga **17 ga Maris zuwa 25 ga Afrilu** .

Cikin waɗannan shekarun aikin ya ci gaba da kasancewa daidai: tsayawa a kan gibin da ke tsakanin Cocin, yin addu'a ga shugabanni duk inda suke a cikin yankunan da ke da tasiri da ke tsara duniyarmu, da kuma neman manufofin Allah ga al'ummomi.
Abin da ya fara a matsayin aikin biyayya na mutum ɗaya, ta wurin alherin Allah, ya zama nauyin da masu bi suka ɗauka waɗanda suka ji kira ɗaya na yin roƙo ga Ikilisiya da al'ummai.
Wannan littafin yana wakiltar wani muhimmin ci gaba a wannan tafiyar.
Yayin da muke bikin cika **shekaru ashirin na addu'a mai aminci** , an shirya wannan jagorar addu'a don taimaka wa wasu su shiga cikin wannan agogon addu'a. Yana ba da tsarin tsare-tsare na addu'o'i bisa ga Nassosi waɗanda aka tsara don jagorantar masu bi ta cikin kwanaki arba'in na addu'a mai ma'ana.

Fatata ita ce wannan hanya za ta ƙarfafa mutane da yawa su sake gano ikon tsayawa a gaban Allah a madadin wasu.

Shafukan da ke biyo baya sun haɗa da labarin haɗuwar da ta fara wannan aikin. Wannan abin da ya faru ya tsara alkiblar wannan tafiyar addu'a kuma ya ci gaba da tunatar da ni cewa Allah har yanzu yana kiran mutanensa su tsaya a cikin gibin don manufofinsa a duniya.

Bari wannan jagorar ta ƙarfafa sadaukarwarka ga addu'a, ta zurfafa dangantakarka da Ruhu Mai Tsarki, ta kuma ƙarfafa ka ka shiga aikin roƙo da ake ci gaba da yi wa Ikilisiya da al'ummai.

Gamuwa da ta Fara Aikin

A **ranar 16 ga Maris, 2006** , ina tafiya a kan hanyar asibiti a Landan. Matata ta shafe kwana uku tana nakuda, kuma likitoci sun sanar da mu cewa idan jaririn bai zo da safe ba, za a yi mata tiyatar haihuwa.
Ba mu sani ba a lokacin, surukata ta riga ta gani a cikin wahayi cewa matata ba za ta tsira daga haihuwar ba. Abin godiya, ba ta bayyana mana hakan ba a lokacin.
Yayin da nake tafiya a kan hanyar shiga asibitin, wani babban ra'ayi ya faɗo mini a rai—wani ra'ayi a sarari har ban iya yin watsi da shi ba. Tunanin abu ne mai sauƙi amma mai ban mamaki:
Fara azumin kwanaki arba'in daga gobe.
Washegari zai kasance **Maris 17, 2006** .

Wannan umarni ya firgita ni. Ban taɓa yin azumin kwana arba'in ba a da. Duk da haka na san cewa wannan ra'ayi ba ya fitowa daga tunanina.
Hanya ɗaya ta gane motsin Ruhu Mai Tsarki ita ce, sau da yawa yakan jagorance mu mu yi wani abu na nassi wanda sha'awarmu ta halitta za ta ƙi.
Yayin da ra'ayin ya ci gaba, sai na fara tattaunawa da Allah cikin tunani na.
"Idan zan yi azumi na kwana arba'in," na tambaya, "me zan yi addu'a a kai?"
Amsar ta zo ne a cikin raina kamar yadda na saba. An umarce ni da in ɗauki littafin rubutu in fara rubutu. A can sashen asibiti na fara rubuta nauyin addu'o'in da ke zuwa mini.

Abin mamaki, addu'o'in ba su ta'allaka ne kan yanayin matata ba. Maimakon haka, ra'ayoyin sun mayar da hankali ne kan fastoci, majami'u, da hadin kai a cikin jikin Kristi.
A lokacin ne na yi roƙo ga Allah.
"Idan zan kammala wannan azumin kwana arba'in," na yi addu'a, "Ina so in gan ka kafin azumin ya ƙare."

Babu amsa ga wannan bukatar.
Daga baya na fahimci dalilin.
Allah sau da yawa yana jiran biyayyarmu kafin ya bayyana mataki na gaba na shirinsa.

Littafi Mai Tsarki ya nuna wannan tsari a sarari. Lokacin da Yunusa ya gudu daga aikin Allah, Ubangiji ya yi shiru har sai da Yunusa ya koma ga matsayin biyayya.
Sai daga baya ne tattaunawar ta ci gaba.
Kwanaki uku kafin ƙarshen wannan azumin na kwanaki arba'in—a **ranar 22 ga Afrilu, 2006, da ƙarfe 5:00 na safe** —Allah ya amsa mini bukatata.

Ina cikin barci rabin lokaci sai wani Mutum ya bayyana a siffar ɗan adam. Hannunsa na naɗe a bayansa, sai ya yi tafiya a hankali zuwa gare ni ta taga zuwa cikin falon.
Na ga siffarsa a sarari, kodayake fuskarsa ba a gani sosai.

Yayin da yake kusantowa, sararin da ke kewaye da ni ya fara girgiza da ƙarfi mai girma. Yankin da ke kewaye da ƙafafuna ya yi kama da ya narke ya sake gyara akai-akai yayin da yake matsawa kusa.
Lokacin da kasancewar ta kai ƙirjina da kuma yankin kaina, ƙarfin ya yi ƙarfi fiye da duk abin da na taɓa fuskanta.
Karfin da ba a iya misaltawa a wannan lokacin yana da wuya a bayyana.
Na rasa lokacin da zan ɗauka. Na yi mamakin yadda wannan karo ya yi mini yawa, sai na ga ina birgima a ƙasa, ina roƙon Ya tsaya ya gaya mini abin da Yake so in yi.
Wannan abin ya nuna farkon tafiya mai zurfi tare da Allah.

Bayan wannan haɗuwa na fara samun mafarkai da wahayi game da jikin Kristi. A cikin wahayi ɗaya na ga Ubangiji Yesu ya shiga ɗaki, sai jikinsa ya bayyana a rabe—kowane ɓangare ya haɗa da siririn zare na fata.
Kowanne ɓangare yana wakiltar hidima.
Alaƙar da ke tsakaninsu ba ta da ƙarfi.

Wahayin ya bayyana wata gaskiya mai radadi: rarrabuwar kawuna a cikin Ikilisiya—gasa, alfahari, da hamayya tsakanin hidima—suna raunana hadin kan jikin Kristi.
Lokacin da na tambayi Ubangiji ina zan shiga cikin wannan jikin da ba a hada ba, amsarsa a bayyane take:
"Ku nemi majami'u da ke almajirantarwa. Kada ku ji tsoro da lambobi."

Tun daga wannan lokacin, aikin ya bayyana sarai.
Kowace shekara, farawa daga **ranar 17 ga Maris zuwa karewa a ranar 25 ga Afrilu** , za a yi addu'a da azumi na tsawon kwanaki arba'in - wanda ke tsaye a cikin gibin da ke tsakanin Cocin, shugabanninta, da al'ummai.

Wannan jagorar addu'a daya ce daga cikin kalmomin da aka yi amfani da su wajen wannan aikin.

Bayanin Marubuci

Wannan jagorar addu'a tana wakiltar sakamakon shekaru da yawa na tunani, addu'a, da biyayya ga wani aiki da ya fara a shekara ta 2006. Abin da ya fara a matsayin lokacin azumi da ceto na mutum ɗaya a hankali ya zama lokacin addu'a mai maimaitawa kowace shekara daga **17 ga Maris zuwa 25 ga Afrilu** .

Bayan lokaci, wasu suka fara raba wannan nauyin yin addu'a ga Cocin, shugabanninta, da kuma al'ummai. Sha'awar samar da wata hanya mai tsari ga waɗanda ke son shiga wannan lokacin addu'a ya haifar da haɓaka wannan jagorar.

Addu'o'in da ke cikin wannan littafin sun samo asali ne daga Nassosi kuma an tsara su ne ta hanyar yarda cewa roƙo yana taka muhimmiyar rawa a cikin manufofin Allah da ke bayyana a duniya. An yi su ne don taimaka wa masu bi su shiga cikin addu'a cikin tunani da kuma ci gaba a lokacin tsaro na kwanaki arba'in.

Mutane, iyalai, ƙungiyoyin addu'a, da majami'u waɗanda ke son tsayawa a cikin gibin jikin Kristi da kuma al'ummai za su iya amfani da wannan jagorar.

Addu'armu ita ce duk wanda ya karanta waɗannan addu'o'in zai ƙara zurfafa dangantakarsa da Allah kuma ya ƙara ƙarfi a cikin jajircewarsa ga yin addu'a.

Ubangiji Allah Ya ƙarfafa duk waɗanda suka karɓi wannan kiran na yin addu'a.

Zakariyya Godseagle
Amb . MO OGBE

Yadda Ake Jin Muryar Allah

A cikin Littafi Mai Tsarki, Allah ya bayyana kansa a matsayin Allah wanda ke magana da mutanensa. Tun daga farkon shafukan Littafi Mai Tsarki zuwa hidimar Yesu da kuma aikin Ruhu Mai Tsarki a cikin Ikilisiya, muryar Allah ta shiryar, ta gyara, kuma ta jagoranci waɗanda ke nemansa.

Yesu da kansa ya ce:

"Tumakina suna jin muryata, na san su, suna kuma bina."

—Yohanna 10:27

Saboda haka, jin muryar Allah ba wai kawai ga wasu mutane ne na musamman ba. Yana daga cikin dangantakar da Allah yake son yi da 'ya'yansa.

Duk da haka, koyon gane muryar Allah yana buƙatar balaga ta ruhaniya, tawali'u, da kuma daidaitawa da Kalmarsa.

Babbar Hanya da Allah Yake Magana

Hanya mafi haske da aminci da Allah yake magana ita ce ta cikin **Nassosi** . Kalmar Allah tana bayyana halinsa, nufinsa, da manufofinsa. Duk wani ra'ayi, hangen nesa, mafarki, ko tunani da ya saɓa wa Nassosi ba zai iya zama daga Allah ba. Saboda wannan dalili, masu bi dole ne su kasance cikin Kalmar.

Shaidar Ciki ta Ruhu Mai Tsarki

Ruhu Mai Tsarki sau da yawa yana sadarwa ta hanyar abin da masu bi da yawa ke kira **shaida ta ciki** . Wannan na iya bayyana a matsayin ƙarfin tabbaci, ra'ayi mai ɗorewa a zuciya, ko kuma zurfin fahimtar alkiblar da ta yi daidai da Nassosi. Wani lokaci waɗannan ra'ayoyin suna bayyana a matsayin tunani da ke zuwa kwatsam cikin tunani—ra'ayoyi waɗanda suka yi daidai da halin Allah da manufofinsa.

Mafarkai da Wahayi

A cikin Littafi Mai Tsarki, Allah yakan yi magana ta hanyar mafarkai da wahayi. Yusufu, Daniyel, Bitrus, da Bulus duk sun fuskanci lokatai da Allah ya bayyana nufinsa ta wannan hanyar.

A cikin Ayyukan Manzanni 2:17, manzo Bitrus ya bayyana:
"'Ya'yanku maza da mata za su yi annabci, samarinku za su ga wahayi, tsofaffinku kuma za su yi mafarki."
Duk da haka, dole ne a gwada waɗannan abubuwan da suka faru a kan Nassosi kuma a tabbatar da su ta hanyar addu'a.

Allah kuma Yana Magana Ta Yanayi Da Mutane
Allah kuma yana iya shiryar da mutanensa ta hanyar yanayi, shawarwari masu hikima, da kuma hidimar wasu masu bi. Fastoci, masu ba da shawara na ruhaniya, da masu bi da suka manyanta galibi suna taka muhimmiyar rawa wajen taimaka mana mu fahimci alkiblar Allah.
A kowane hali, Ruhun Allah ba zai taɓa jagorantar masu bi zuwa ga girman kai, ruɗani, ko ayyuka da suka saɓa wa koyarwar Almasihu ba.

Gwada Abin da Muke Ji
Domin a wasu lokutan ana iya fahimtar ra'ayoyin ruhaniya, Nassosi yana ƙarfafa masu bi su gwada abin da suka karɓa.
Manzo Yahaya ya rubuta:
"Kaunatattu, kada ku yarda da kowane ruhu, sai dai ku gwada ruhohi, ko na Allah ne."
- 1 Yohanna 4:1
Tambayoyi guda uku masu mahimmanci zasu iya taimakawa wajen fahimtar juna:
• Shin ya yi daidai da Kalmar Allah?
• Shin yana nuna halin Kristi? • Shin yana kawo haske, zaman lafiya, da adalci?
Idan waɗannan abubuwan suka kasance, masu bi za su iya ci gaba da amincewa cewa Ruhu Mai Tsarki yana jagorantar su.

Girma cikin Sanin Allah

Koyon jin muryar Allah wani ɓangare ne na tafiyar ci gaban ruhaniya. Yayin da masu bi ke ɓatar da lokaci cikin addu'a, suna nazarin Nassosi, kuma suna mai da hankali ga jagorancin Ruhu Mai Tsarki, ikonsu na gane alkiblar Allah yana ƙara bayyana.

Manufar jin Allah ba wai don neman abubuwan da suka faru na musamman ba ne, amma don gina dangantaka mai zurfi da Shi da kuma tafiya cikin nufinSa da aminci.

Yayin da kake shiga wannan lokacin addu'a da roƙo, roƙi Ruhu Mai Tsarki ya shiryar da kai, ya yi magana da zuciyarka, ya kuma jagorance ka zuwa ga zurfafa zumunci da Allah.

Addu'o'i, Sanarwa, da Rufe Ruhaniya na Digiri 360 a Kullum

Sanarwa game da Buɗewa da Rufe Tashar Dokoki ga Tuddai Bakwai Masu Tasiri

(Ayyukan Dabara 10 da Aka Yi a Addu'o'i)

Jadawalin Addu'a

Ana iya amfani da waɗannan addu'o'in ta hanyoyi biyu:

• **Ku yi addu'a tare da dukkan sassa 10 da tsakar dare** kafin ku fara addu'ar yau da kullun.

• **Yi addu'a kashi ɗaya a kowace awa biyu** , tare da rufe cikakken tsaro na ruhaniya na yini.

Tsarin Agogon da aka Ba da Shawara:

- **12:00 AM – Buɗe Tashar Shiga da Kashi na 1**
- **2:00 AM – Kashi na 2**
- **4:00 AM – Kashi na 3**
- **6:00 AM – Kashi na 4**
- **8:00 AM – Kashi na 5**
- **10:00 na safe – Kashi na 6**
- **12:00 na rana – Kashi na 7**
- **2:00 na rana – Kashi na 8**
- **4:00 na yamma – Kashi na 9**
- **6:00 PM – Kashi na 10 (Sanarwar Hatimi)**

Waɗannan shelar suna kafa ikon ruhaniya, suna buɗe kofofin addu'a, suna wargaza adawa, kuma suna rufe hanyar ceto da ke rufe **mutum ɗaya, Cocin, da Duwatsu Bakwai na Tasiri** .

Littattafai don Karatu, Bimbini da Tunani don Amfani a Rayuwa ta Yau da Kullum:

Luka 9:23 - *Sai ya ce musu duka, "Duk wanda yake son bina, sai ya ƙi kansa, ya ɗauki gicciyensa kowace rana, ya bi ni."*

1 Timothawus 6: *11-14 Amma kai, ya kai mutumin Allah, ka guje wa waɗannan abubuwa, ka bi adalci, ibada, bangaskiya, ƙauna, haƙuri, da tawali'u. Ka yi yaƙi mai kyau na bangaskiya, ka riƙe rai madawwami, wanda aka kira ka kuma ka furta kyakkyawar shaida a gaban shaidu da yawa. Ina rokonka a gaban Allah wanda ke ba da rai ga dukkan abubuwa, da kuma a gaban Almasihu Yesu wanda ya shaida kyakkyawar shaida a gaban Pontius Bilatus, ka kiyaye wannan umarni ba tare da aibi ba, har sai Ubangijinmu Yesu Almasihu ya bayyana."*

Idan kun ci gaba da maganata, hakika ku almajiraina ne. " Yohanna 8:31.

Kada mugunta ta rinjaye ku, amma ku rinjayi mugunta da nagarta ." Romawa 12:21.

Haka nan ku ma, ku ɗauki kanku matattu ne ga zunubi, amma kuna raye ga Allah cikin Almasihu Yesu Ubangijinmu. Saboda haka kada ku bari zunubi ya yi mulki a cikin jikinku mai mutuwa, har ku biye masa cikin sha'awarsa . Romawa 6:11-12.

Amma idan ta wurin Ruhu kuka kashe ayyukan jiki, za ku rayu . Romawa 8:13.

Saboda haka, tun da Almasihu ya sha wahala a jiki, ku kuma ɗauki irin wannan hankali, domin wanda ya sha wahala a jiki ya daina zunubi… 1 Bitrus 4:1.

KASHI NA 1 — Kafa Ikon Ruhaniya

Ya Uba, cikin sunan Yesu, Mawallafi kuma Mai Kammalawa na bangaskiyata, na tashi domin in tabbatar da hakkina na na shari'a da ikon mallakar wannan yanki da kuma kowace yanki da ka ba ni ikon iko a kai.

A cewar **Daniyel 9:4** , Kai kadai ne Allah mai girma da ban tsoro, mai kiyaye alkawari da jinkai ga wadanda suke kaunarka da kuma wadanda ke kiyaye dokokinka.
Ina rokon Allah wanda ya ce a cikin **2 Labarbaru 7:13-16** :

"Idan na rufe sama don kada ruwan sama ya yi, idan na umarci fara ta cinye kasar, ko kuma idan na aika da annoba a cikin mutanena; idan mutanena wadanda ake kira da sunana za su kaskantar da kansu su yi addu'a, su nemi fuskata, su juyo daga mugayen ayyukansu, to, zan ji daga sama, in gafarta musu zunubansu, in warkar da kasarsu."

Yanzu idanunka za su bude, kunnuwanka kuma za su saurari addu'ar da ake yi a wannan wuri.
Gama yanzu ka zabi kuma ka tsarkake wannan Haikali, domin sunanka ya kasance a wurin har abada, idanunka da zuciyarka kuma za su kasance a wurin har abada.

Ina shelar cewa wannan wuri an tsarkake shi.

Ina mika jikina a matsayin hadaya mai rai ta wurin jinin Yesu, Mai Cetona kuma Mai Fansa da aka zubar. Ka tsarkake wadannan addu'o'in kuma ka yarda da su.

Ina furta zunubana da zunuban kakanninmu. Bari alheri da rahama su rinjaye mu.

Ina shelar cewa ina da damar shiga addu'o'ina don hawa zuwa cikin duniyar allahntaka ba tare da zama a duniya ba.

Na amince da Kotun Koli ta Sama.

Ina zaune a cikin sammai tare da Kristi Yesu; saboda haka, ina yaƙi daga wannan duniya da kuma wannan duniya.

Ina shelar cewa shafaffen Allah yana karya kowace karkiya, yana buɗe kowace ƙofa, kuma yana ba mala'iku su ƙarfafa ni yayin da nake ci gaba zuwa sabbin matakai, sabbin girma, sabbin dauloli, da sabbin yankuna.

Bari a sami ci gaba a cikin sammai.

Ina amfani da hanyoyin manzanni da annabci.
Ina fasa rufin gilashi.
Ina fasa sandunan ruhaniya da membrane na ƙarfe.
Ina shelanta cewa an kafa yanayi na ci gaba.
Ina sake daidaita yanayin ruhaniya kuma ina ba da umarni cewa dole ne a maye gurbin kowane ɗan sanyi da wuta da himmar Allah.

Ka yi mini baftisma da Ruhu Mai Tsarki da kuma wuta.
Bari wuta ta kasance a bakina yayin da nake ci gaba da wannan addu'ar.
Ina karɓar iko akan yanayi da yanayi na shaidan da shaidan da suka haifar ta hanyar ayyukan addini, hotuna masu canza kaddara, sihiri, maganganun banza, sihiri, mahalli masu gaba, tsoro, ta'addanci, al'ada, ƙiyayya, ƙiyayya ta ƙabilanci, da tashin hankali, cikin sunan Yesu.

Ina umurtan yanayin ruhaniya ya canza.
Sauyin yanayi na tattalin arziki.
Sauyin yanayi na zamantakewa. Sauyin yanayi na al'adu.
Sauyin yanayi na ilimi. Sauyin yanayi na siyasa. Sauyin yanayi na coci.

Ina umurtan cewa yanayi ya cika da ɗaukakar Allah.

Ya Uba, ka cika yanayi.
Ka cika muhalli da ɗaukakarka.
Ina canza wannan yanayi kuma ina shelanta cewa yanzu ya dace da:

Hidimata don bunƙasa.
Dangantaka ta don bunƙasa. 'Ya'yana don bunƙasa.
Masoyana don bunƙasa. Kasuwanci na don bunƙasa.
Ra'ayoyina don bunƙasa. Kasata don bunƙasa.
Gwamnati ta don bunƙasa. Tattalin arzikina don bunƙasa.

Ina kafa yanayi mai ban mamaki don mu'ujizai su faru.
Ina yaƙi cikin sunan Yesu da kuma jininsa da aka zubar - jinin Ɗan Rago da aka kashe kafin a kafa duniya.

Da yardarSa, dole ne a halaka mugunta.
Saboda wannan ne aka bayyana Ɗan Allah, domin ya rushe ayyukan duhu.

Ina umarta kuma ina shelanta cewa ayyukan duhu sun lalace.
Na yi umarni cewa duk wata la'ana da ta shafe ni a rayuwata ta koma baya.
Ina karya ikon duhu da ke ci gaba da wanzuwa a wannan yanki cikin sunan Yesu.
Ina kama kowace aljani ta wurin Kalmarka.
Karfafa rundunonin mala'iku su yi yaƙi a madadina.
Ina adawa da wuraren da ke da karfi a yankuna.
Ina raba son kai da son kai.

Buɗe ƙofofin gidajen yarin tunani kuma ku 'yantar da mu daga ruhohin kunya, kunya, cin zarafi, da mugunta.

Ka 'yantar da mu daga ruhin ƙarfi da girman kai.
Ka tseratar da ni daga wulakanci, cin zarafi na motsin rai, cikas ga zamantakewa, yaudara, iyakokin shaidan, ruɗani na

shaidan, jaraba, ƙuntatawa na aljanu, lalata al'adu, wuraren bauta, sihiri, al'adu, da kuma mahalli na al'adu masu adawa da Kristi.

'Yantar da ni daga ƙuntatawa, nakasa, da cikas.

Na ƙi a mayar da ni saniyar ware, a wulaƙanta ni, a hana ni motsi, a tsorata ni, a siffanta ni, a soki ni, a jure min, a yi min hukunci mara kyau, a yi min rashin adalci, ko a yi min rashin adalci.
Ina sanye da alkyabbar alfarma.
Ina kawar da abubuwan da ke haifar da aljanu da maɓallan tunani.
Ina rage su.

KASHI NA 2 — Nasarar Yankuna

Ba na mayar da martani ga zaluncin aljanu. Ina kafa iko mafi girma a kan wannan yanki ta wurin jini, Kalma, da kuma ta wurin Ruhun Allah.

Saboda wannan dalili ina tunatar da ku cewa an bayyana Ɗan Allah domin ya rusa ayyukan shaidan. Ina umarta cewa ayyukan shaidan sun lalace. An lalata su a kan wannan yanki, a kan unguwata, a kan jikina, a kan iyalina, a kan 'ya'yana, a kan ƙaunatattuna, a kan hidimata, a kan fastona, a kan likitana da lauyana, da kuma a kan gwamnatita.
An lalata miyagun ayyukan shaidan.

Ina shelanta kuma ina yanke hukunci cewa tsare-tsare da manufofin Allah za su yi nasara. Kalmar Allah ta yi nasara. Nufinsa ya yi nasara. Manufar annabci da ƙaddarata sun yi nasara. Hangen nesana ya yi nasara. Aikina ya yi nasara. Ra'ayoyina sun yi nasara.

Ina yi wa iskoki huɗu annabci cewa abubuwan da suka mutu da wuri kuma suka bushe saboda ayyukan shaidan suna hanzarta su kuma rayu.

Ina shelar cewa sassan makomata - na kuɗi, na minista, da na dangantaka - sun haɗu.

Rayuwata ta haɗu.
Kuɗina ya haɗu. Kasuwancina ya haɗu. Dangantaka ta haɗu. Iyalina ya haɗu. Jikin Almasihu ya haɗu. Hidima ta ta haɗu. Aurena ya haɗu. Iyalina ya haɗu. Kasafin kuɗi na ya haɗu.

Gwamnatocinmu suna haɗuwa.
Shugabanninmu suna haɗuwa.
Komai yana aiki tare bisa ga nufinKa.
Baba, na gode maka. Babu abin da ba zai yiwu ba tare da kai.

Saboda haka, Uba, ina umarta kuma ina shelanta cewa an buɗe ƙofofin sama.
Bari ruwan sama ya yi.
Ruhun Allah, ka kai mu cikin lokutan wartsakewa da ka yi alkawari za su fito daga gaban Ubangiji.

Na yi umarni kuma na sanar da cewa ba za a sake samun fari na aljanu ba, babu bushewar aljanu, babu damuwa, babu cuta, babu baƙin ciki, kuma babu wasan kwaikwayo na aljanu.

Mun zo a cikin kundin Littafi, kamar yadda aka rubuta game da mu.

Mun zo cikin ikon Allah - Allahn Joshua - kuma mun yi umarni kuma mun shelanta cewa kowace katanga mai rauni dole ne ta faɗi cikin sunan Yesu da kuma cikin ikon Allah Maɗaukaki .

Ina fasa shingaye, toshewa, shinge, da duwatsu.
Ina shelar cewa ina ci gaba cikin kira, manufofi, da shirye-shiryen Allah.
Manufar Almasihu tana ci gaba a wannan yanki da kuma a kowace yanki.
Ina shelar cewa Yesu Kiristi shine Ubangiji da Sarkin Sarakuna. Mulkin Allah ya zo. Shi ne Sarki a kan kowane yanki kuma Mulkinsa ya kusa.

Mukan karɓi iko a kan kowace mafakar aljanu kuma mu karya igiyoyi da sarƙoƙin mugunta.
Muna kawar da mugunta daga matsayinta na haramtacciyar hanya, sannan mu ɗauki matsayinmu na iko.
Mu ne muke karɓar iko a kan bagadan shaidan a cikin tsaunuka.
Mun tsaya cikin ruhin Iliya da kuma doka kuma mun bayyana cewa Allahn da ke amsawa da wuta - Shi ne Allah.

Mun yi umarni cewa wutar Allah tana lalata kowace bagadi.

Muna umurtan cewa a karya ikon maƙiyi daga rayuwarmu, a karya hidimarmu, a karya gidanmu, a karya tuñaninmu, a karya dangantakarmu.
An raba su da jikinmu, an raba su da rayuwarmu, an raba su da 'ya'yanmu, an raba su da aurenmu, an raba su da matarmu, an raba su da kasuwancinmu, kuma an raba su da ayyukanmu.

Mun zartar da hukunci kuma mun bayyana cewa mugunta ba ta da iko a rayuwarmu kuma.

Mun 'yantu daga mugun ikon maƙiyi.
Mun 'yantu daga munanan halaye.

Mun rabu da sha'awa, sihiri, layu, guntun voodoo, talikai, sarƙoƙi, bauta, sihiri, jaraba, la'anar tsararraki, ruhohin gado, mutuwa, talauci, rashin kulawa, rashin bege, cin zarafi, rashin taimako, da rashin addu'a.

Mun yi umarni kuma mun bayyana cewa an lalata su.

Duk inda kuma duk abin da mayu, mayu, masu sihiri, masu hikima, da masu yaudarar addini suke amfani da shi a matsayin wuraren hulɗa don sakin la'ana - ta hanyar hotuna, tufafi, zare na gashi, kayan mutum, tufafi, kwano, ƙura, jini, tsana na voodoo, bagadai, layu, ruwa, tsintsiya, gauraye, ko wani abu - ina umurtarsu da su wargaje cikin sunan Yesu.

Muna katse hanyoyin sadarwa tsakanin ruhohin da muka saba da su da kuma munanan ayyukan da aka tsara don kawo cikas ga tsare-tsare da manufofin Allah a rayuwarmu.

Mun umurci a karya kowace irin alaƙa ta mugunta.
Mun ba da umarnin a karya igiyoyi.
Mun umurci a karya kowace katanga.

Mu kan karɓi iko a kan ruhohin shakku, maƙarƙashiya, cusawa, tsoro, tsoro, ruɗani, rashin imani, tsoratarwa, zunubi, da mugunta.
Muna 'yantar da kanmu daga sansanin abokan gaba da kuma daga duhun ruhohin da ke mamaye zukatanmu.

Ya Uba, cikin sunan Yesu, yayin da muke tsaye don yin addu'a, muna karya katangar abokan gaba ta hanyar:

Hannun Allah.
Yatsin Allah. Kalmar Allah. Jinin Yesu Kiristi. Ikon Ruhu Mai Tsarki. Shafawa ta Allah. Shiga tsakani na manzanni. Taimakon mala'iku.

Ya Uba, muna tashi cikin ruhun Zarubabel da Iliya kuma muna fadin **alheri, alheri** ga duwatsu da bagadan shaidanunsu.
Ya Uba, ka sa wutarka ta lalata su.

KASHI NA 3 — Mulki A Kan Katangarorin

Mun kafa mulkin Almasihu a kan wannan yanki.
Ina shelanta cewa ikonsu ba shi da ƙarfi a kan wannan yanki.
Ina shelanta bisa ga **Ishaya 9:6-7** :

"Gama an haifi mana yaro, an ba mu ɗa, mulki kuma zai kasance a kafaɗarsa; za a kira sunansa Mai ban mamaki, Mai ba da shawara, Allah Mai iko, Uba Madawwami, Sarkin Salama. Karuwar mulkinsa da zaman lafiya ba za su ƙare ba. A kan gadon sarautar Dawuda da mulkinsa, domin a kafa shi da kuma tabbatar da shi da adalci da adalci daga yanzu har abada. Kishin Ubangiji Mai Runduna zai yi wannan."

Ku ɗaga kawunanku, ku ƙofofi .
Ku ɗaga, ku ƙofofi na har abada. Sarkin ɗaukaka zai shigo.

Ina sake tunatar da ku cewa himmar Ubangiji za ta yi wannan.

Babu wani kamar Allahna.

Babu wani mai iko kamar Allahna.

Shi ne **Jehobah Gibbor** .

Uba, muna bauta maka.
Uba, muna yabonka.
Ba za mu durƙusa wa wani allah ba.
Babu wani Allah kamar Jehobah.
Ya Uba, muna karɓar iko a kan sarkin ikon sararin sama kuma muna kafa ikonmu mafi girma a kan wannan yanki da sunan Yesu.
Kawo ƙarshen zaluncin Shaiɗan, adawar Shaiɗan, da nauyin ƙarya.

Cikin fushinka ka wargaza ayyukan maƙiyanmu, kuma cikin rainin hankalinka ka shirya rarrabuwarsu.

Mun zartar kuma mun bayyana cewa zukatanmu sun 'yantu daga kowace irin ƙarfi.
Wanda Ɗan ya 'yantar da shi hakika 'yantacce ne.
Mun yi umarni da a buɗe sammai.

Ya Uba, ka share hanyar ka ƙirƙiri manyan hanyoyi marasa ganuwa daga kowace shingen shaidan da zai hana addu'o'inmu.

Muna kama waɗannan ƙungiyoyi da sunan Yesu waɗanda ke da alhakin fataucin aljanu kuma muna hana ƙarin katsewa, tsangwama, da kuma kutse.

Na sanya matsin lamba na annabci da na manzanci a kan sama.
Ina umurtar a buɗe kowace hanyar shiga ta aljanu.

Kofofin tagulla da sandunan ƙarfe - a buɗe su.
Uba, rufe kowace hanyar shiga ta shaidan.
Ba wa maƙiya damar shiga yankunan da aka haramta.
Kada a yi kutse a cikin aljanu ko shaidan.
Yayin da nake ci gaba, ina ba da umarni kuma ina shelanta cewa kowace katanga a kan wannan yanki ta karye daga zuciyata.

Ina ba da umarni kuma ina shelanta cewa Ubangiji yana share tunanina, yana ba Ruhu Mai Tsarki damar shiga hankalina, raina, da ruhuna ba tare da wani shamaki ba. Na yi umarni cewa ba za a yi satar basirar aljanu ba, wahayin annabci, ra'ayoyi masu wayo, ƙirƙira, wahayin Allah, hikima, ko ilimi.

Waɗannan za su yi tafiya cikin 'yanci cikin sunan Yesu.
Dole ne a rage kowace dutse.

Dole ne a ɗaga kowace kwarin sama.
Dole ne a miƙe kowace wuri mai karkata.

Yanzu ina ci gaba a kan matakin da ya dace da hikima, dabaru, da dabarun allahntaka da aka samar mini idan an buƙata.

Na yi umarni cewa dole ne a motsa duwatsun ruhaniya, duwatsu masu alaƙa, da tsaunukan siyasa.

Ina karya abin da ba za a iya jurewa ba kuma ba za a iya shiga ba.

Ina karya ganuwar da shingayen da ba za a iya shiga ba zuwa ga duniyar al'ajabi, zuwa ga duniyar al'ajabi, zuwa ga duniyar karuwa, yalwa, wadata, tasiri, wadata, da wadata.

Ina shelar cewa ina ci gaba da shawo kan matsaloli da yanayi masu tsauri, da kuma mutanen da ba sa sassauci a baya waɗanda ke kan hanyar tattaunawa mai kyau ta shari'a, tattalin arziki, da ruhaniya.

Ina umartar ka da ka yi tafiya da ikon jini cikin sunan Yesu.

Ina karɓar iko akan ikon maƙiyin da ke da alhakin gina bagadan shaidan da ruhohin gado na kakannin da ke kawo cikas ga ci gabana da kuma katse ci gabana.

Ina yin yawo ta cikin shingayen shaidanu.

Na yi umarni kuma na yi shela cewa dole ne a rushe kowace katangar Jericho.

Ina da kayana.

Ina ɗaukar iko kan batutuwan da suka samo asali daga sansanin abokan gaba.

Ina umartar sa hannun allahntaka, kwatsam da mu'ujizai.

Ina umartar kowane yanayi da yanayi su zo cikin daidaiton Allah cikin sunan Yesu.

Ina juya kowace la'ana.

Ina tono da kuma tono irin aljanu da aka dasa bisa doka a cikin zuciyata, raina, da kuma ruhuna.

Ba za su yi tushe ba.
Ba za a yi musu girki ba, a kula da su, a ciyar da su, a ciyar da su, ko a shayar da su.

Ina lalata su yanzu.

Abin da kawai nake karɓa daga tunanin Allah ne:

Tsabar bege.
Tsabar imani. Tsabar ƙaddara. Tsabar iko. Tsabar nasara da wadata. Tsabar tsarki. Tsabar adalci. Tsabar ibada. Tsabar mu'amala mai kyau. Tsabar ɗabi'a. Tsabar ɗabi'a.

Ina tsayayya, ina gujewa, kuma ina ƙin duk wani aikin zubar da ciki.

Ina ɗaukar cikakken lokaci.

Ina karya kowace irin ƙa'ida ta aljanu da kuma gidan yari.

Kofofin tagulla da sandunan ƙarfe — iska mai ƙarfi ta Ruhu za ta hura su.

Na zaɓi in fita daga mawuyacin yanayi.

Ina karya ikon ɗaurin kurkuku a kan hankalina, hidimata, raina, ruhina, ƙaddarata, makomara, muryata, iyalina, da kuma kuɗina.

Na fashe da kuka.

Na karya.

Ina shelanta kuma ina ba da umarni cewa ina da iko akan duk ayyukan da ke canza kaddara, takunkumin shaidan, da kuma sanya su cikin sunan Yesu.

Na ba da umarni cewa a buɗe kowace gidan yari na aljanu.

Na saki cocina.

Ina sakin makomata.

Na saki al'ummata.

Na saki gwamnatina.

Na saki iyalina.

Ina sakin 'ya'yana.

Na saki ma'aikatar ta.

Na saki shafaffen fuskata.

Ina sakin tasirina.

Na saki sunana.

Na saki sunana.

Na saki zaman lafiyata.

Ina sakin farin cikina.

Ina sakin farin cikina.

Ina sakin lafiyata.

Na saki shi da sunan Yesu daga ikon aljanu.

Na karya dokar kullewa.

Na karya shinge.

Na karya dokoki cikin sunan Yesu.

Na rabu da daurin rai da rai, daurin rai da rai, daurin jiki, daurin jima'i, daurin ruhaniya, daurin kuɗi, daurin da abubuwa suka haifar, daurin ƙungiya, daurin kai, da kuma ƙungiyoyin mata da 'yan'uwa.

Da sunan Yesu.

SASHE NA 4 - Ceto, Fansa & Tsararraki

Duk wanda ke shirin halaka ni, wanda ke ɓoye ɓacin rai game da nasarar da na samu, na 'yantar da hankalinka da ranka daga wannan sansanin.

Ina buƙatar ka sake ni.

Ka 'yantar da ni daga zuciyarka.
Ka 'yantar da ni daga ranka. Ka 'yantar da ni daga tunaninka.

Ina zartar da hukunci kuma ina shelanta cewa duk wanda Ɗan ya 'yantar hakika 'yantacce ne.

Idan na cutar da wani ko na ɓata masa rai ba da gangan ba, Uba, ka 'yantar da ni daga maɓoyar fushi, rashin yafewa, ɗacin rai, ƙiyayya, da rashin kulawa.

Na tuba daga jahilcina da rashin girma na.
Kada ka bari abubuwan da suka gabata su yi mummunan tasiri ga makomara.
Na rabu da tsammanin da ba su dace ba, gidajen yari na tunani, rashin fahimta, asalin ƙarya, haɗa kai, alaƙar rai, lakabi, da kuma nuna wariya da ke raunana ni a cikin Almasihu.
Ina da'awar ainihin asalina.
Na yi umarni cewa yau ce wayewar sabuwar rana.
Na soke duk wani bashin jiki, motsin rai, da na kuɗi ta wurin jinin Yesu Kiristi.

Ka fanshi raina da rayukan ƙaunatattuna, ma'aikata, ma'aikata, kasuwanci, da gwamnati daga kasuwannin shaidan.

'Yantar da ni daga ruhin Yahuda - daga abokai, ƙaunatattu, abokan aiki, abokan hulɗa, abokan kasuwanci, ma'aikata, da duk waɗanda suka sayar da ni.

Uba, na yi doka kuma na ayyana cewa an 'yantar da ni.
Ka 'yantar da ni.

A yau, bisa ga **Zabura 9:15** , **Zabura 72:14** , da **Irmiya 31:11–14** , na ba da umarni cewa an ceto raina kuma an fanshe shi da jinin Yesu daga kasuwannin shaidan da kuma daga ikon yankuna shida na duniya.

Ba za a rike raina a hannun masu garkuwa ba.
Ba za a kewaye shi da yaki ba.

Na 'yantu daga tarkon mai farauta.
Ina hawa sama da fikafikai kamar gaggafa.
Ina amfani kuma ina amfani da jinin Yesu Kiristi, wanda ya fanshi komai game da rayuwata, ƙaddarata, da manufarta.

An fanshe ni.

An fanshi iyalina.
An fanshe min makoma.
An fanshi kuɗi na.

Ina tabbatar da makomara da makomara cikin Almasihu Yesu.

Ina tabbatar da makomar ƙaunatattuna, hidimata, da kuma al'ummata cikin Almasihu.

Ina tabbatar da makomar 'yan'uwana, 'ya'yana, jikokina, 'ya'yana mata, 'yan'uwa mata, 'yan'uwa mata, 'yan'uwa mata, iyaye, kakanni, surukai, da dangin dangi cikin sunan Yesu.

Ka fanshe rayukansu daga ikon duniya.

Ina ba da umarni kuma ina shelanta cewa ba za su zama waɗanda aka zalunta da fasikanci, karuwanci, batsa, ko tashin hankali na ƙungiyoyi ba.

Ba za su roƙi abinci ba.
Ba za su fuskanci rashin matsuguni ko rashin taimako ba.
Ba za su mutu da wuri ba ko kuma daga jaraba.
Ba za su zama ƙididdiga ko kuma su daina makaranta ba.
Ba za a yaudare su daga ƙaunar Allah ba.

Cire rayukansu daga kasuwannin shaidan da gidajen yari.

Cire hukuncin mutuwa daga rayuwarsu, sannan a ɗora wa Ruhun rai cikin Almasihu Yesu a kan ruhun mutuwa.

Na ƙi amincewa da kuma mayar da la'anar da ke cikin jininmu.

Mun zartar da hukunci kuma mun sanar da cewa an ceto iyalanmu.

Mun 'yantu daga kangin da ke da alaƙa da gumaka, la'ana, addu'o'in sihiri, hadayun jini, munanan fata, auren da aka shirya ta hanyar aljanu, amaryar Shaiɗan, ilmin taurari, alamun ilmin taurari, yin amfani da fasahar duhu, allon Ouija, juju, voodoo, hasashen taurari, tarurruka, katunan tarot, karatun ganyen shayi, da karatun tafin hannu cikin sunan Yesu.

Mun zartar da hukunci kuma mun bayyana cewa iyalanmu sun 'yantu daga ayyukan duhu.

Mun 'yantu daga Santería da kuma daga kowace irin aikin shaidan cikin sunan Yesu.
Ya Uba, na gode maka da ka bamu ikon yin addu'a kowace rana.

Ya Uba, cikin sunan Yesu da kuma ta jinin Kristi, muna juya tasirin allurar aljanu, sihiri, da kuma ajiyar da aka sanya a cikin abincinmu, bitamin, ruwa, da magunguna.

Muna mayar da martani ga tasirin dashen shaidan da ke haifar da jaraba, sauye-sauyen ƙwayoyin halitta, yaɗuwar cututtuka, nakasu, nakasa, rashin daidaituwa, nakasa, gurgunta jiki, nakasa, hauka, kasala, rashin barci, raguwar girma, rashin ci gaba, rudani, danne garkuwar jiki, matsalolin hankali, yawan aiki, matsalar bipolar, cututtuka marasa magani, ciwon daji, matsalolin gabobi, ciwace-ciwacen daji, kumburi, kumburin jijiyoyi, nakasa ta haihuwa, rikitarwa a lokacin haihuwa, da kuma zubar da ciki ba zato ba tsammani.

Mun mayar da shi cikin sunan Yesu.

Ya Uba, mun tuba daga dukkan alkawurra da kwangiloli da muka yi da aljanu da gangan ko ba da sani ba.

Mun tuba daga shan shawara daga ruhohin aljanu da wakilan shaidan.

Ya Uba, muna zartar da hukunci kuma muna shelanta cewa gabobin haihuwa na ruhohinmu suna da 'yanci daga kowace irin shigar shaidan.

Ya Uba, mun tuba daga durƙusawa da durƙusawa ga gumaka, ga hotunan al'adu na gaba da Kristi, rungumar koyarwar aljanu, da kuma karɓar falsafar akidar Shaiɗan da kuma koyarwar addini.

Ya Uba, ka cece mu ta wurin gaskiyarka, domin Kalmarka gaskiya ce.

Ka yafe mana dukkan munanan ayyuka, rashin fahimta, mugunta, rashin ɗa'a, rashin hankali, rashin kulawa, da kuma taurin zuciya.

Ya Uba, mun zartar kuma mun bayyana cewa mugun ba shi da matsayi a cikinmu.

Muna shelar 'yancin kanmu daga kowace irin wannan sansanin soja.
Ka tsarkake zukatanmu ta wurin wanke Kalmar Allah.
Ka ƙirƙiri zuciya mai tsabta a cikinmu, ka kuma sabunta ruhu mai kyau a cikinmu.

Bari kalmomin bakinmu da tunanin zukatanmu su zama abin karɓa a gabanka, Ya Ubangiji, ƙarfinmu da Mai fansarmu.

Ka sanya mana tsaro a bakinmu ka kuma kiyaye ƙofar leɓunanmu.

Kada wata muguwar magana ta fito daga bakinmu.

Ka ɗora wa 'ya'yan Ruhu a kan raunin halinmu da kuma halayen jikinmu.

Ka ɓoye mu a cikin rumfarka da kuma a cikin sirrin Maɗaukaki .

Ka jagorance mu a kan hanyar adalci saboda sunanka.

Mun yi umarni kuma mun bayyana cewa muna tafiya cikin aminci.
Kuma wanda Ɗan ya 'yantar, ina sake nanata cewa, hakika 'yantacce ne.

KASHI NA 5 — Karya Daurewa da La'ana

Bisa ga **Kubawar Shari'a 32:13** da **Ayuba 29:6** , muna sa mu hau kan tuddai na duniya, mu ci amfanin gonaki, mu tsotse zuma daga dutse, mu wanke ƙafafunmu da man shanu, mu kuma sa mai ya fito daga dutsen ƙanƙara.

Muna umurta kuma muna shelar cewa abin da ya gabata ya wuce, kuma muna matsawa zuwa ga alamar kiran Allah mai girma cikin Almasihu Yesu.

Ya Uba, ka gafarta mana saboda rashin ɗabi'a. Ka wanke mana zukatanmu daga ɓoyayyun manufofin.

Mun yi umarni kuma mun bayyana cewa an 'yantar da ƙafafunmu daga tarkon maƙiyi wanda ke haifar da bauta, rashin motsi, da gurgunta.

Ya Uba, muna zartar da hukunci kuma muna shelanta cewa muna da 'yancin ci gaba don cika manufarmu da kuma ƙara yawan ƙarfinmu.

Ba za a iya hana mu ba.
Ba za a iya hana mu ba. Ba za a iya hana mu ba. Ba za a iya hana mu ba.

An faɗaɗa yankunanmu.

Ba za a ware mu ba, a hana mu, ko a hana mu shiga cikin kogo.

Ba za a riƙe mu a baya ba, a jure mana, a buge mu a ƙasa, a ji rauni a cikin zafi, a ɗaure mu cikin rauni, a ɗaure mu cikin ɗaci, ko a kama mu cikin rashin yarda ko baƙin ciki.

Ba za a yaudare mu da gadonmu ba ko kuma a hana mu ci gaba da hawa sama.

Uba na sama, Allah na allahntaka, Allah na Ibrahim, Ishaku, da Yakubu, Allah mai yin alkawari da kuma mai kiyaye alkawari, ya ba mu alheri, ƙarfin hali, da kuma ikon fita daga tsoho zuwa sabo.

A yanke duk wani abu da ya shafi ruhi da kuma abubuwan da ba su dace ba.

Ka ba mu hikima, fahimta, da kuma koyarwa don sake tattaunawa kan tsoffin dangantaka.

Ku bayyana mana ƙofofin da Allah ya buɗe mana.

Bayyana mana ayyukanka na yau da kullun, ajanda, da jadawalin aiki domin mu iya aiki a daidai lokacin.

Ya Uba, muna shelar cewa babu wani ruhu ko mutum da zai sa mu fita daga lokacin Ubangiji.

Muna aiki tare da lokacinka na allahntaka da kuma jadawalinka na allahntaka.

Saboda haka, Uba, cikin sunan Yesu da kuma ikon Ruhu Mai Tsarki, muna karya la'ana da ke da alaƙa da kalmomi da ayyuka marasa amfani.

Kashe wutar Shaiɗan.

Juyawar zagayowar shaidanu.

Ku 'yantar da mu daga dangantaka mara riba da ban mamaki.

Juya duk wani shiri na mugunta.

Muna adawa da kuma ƙin yin amfani da dabaru da dabaru.

Muna juya ɓarna cikin sunan Yesu.

Ya Uba, ka 'yantar da mu daga abubuwa, yanayi, halaye, tunani, ayyuka, da mutanen da suka yi mana rashin kunya, suka takura mu, suka daure mu, suka ɓata mana hanya, suka raba mu da hankali, suka kuma sarrafa mu.

Cece rayukanmu daga bakin zaki da kuma dafin maciji.

Ka hallaka ruhin maciji da wutarka, kamar yadda ka jagoranci 'ya'yan Isra'ila ta cikin wannan babban jeji mai ban tsoro inda macizai masu zafi da kunamai ke zaune, kuma inda akwai fari da babu ruwa.

A cewar **Luka 10:19** , na ɗauki matsayina na iko akan macizai da kunamai kuma na ba da umarni cewa ba za mu sha wahala ba.

Muna kawar da kowace irin alaƙa ta aljanu.

Ya Uba, da wutarka ka fitar da ruhin maciji daga duwatsun da ke ɓoye.

Bari wutarka ta ruguje ta gaba ɗaya cikin sunan Yesu.
Ya Uba, muna shelar cewa mun 'yantu.

Bari ikon hana dafin jinin Yesu Kiristi ya kare mu daga ayyukan dafi na ruhun maciji.

Ka sa ayyukansa masu guba su zama marasa ƙarfi a rayuwarmu da kuma a rayuwar ƙaunatattunmu, abokan aikinmu, ma'aikata, da abokan aikinmu na hidima.

Sanya ƙugiya a bakin Leviathan.

Mun san ba za mu iya yaƙar wannan iko da kanmu ba.
Kai ne **Jehobah Gibbor** , Allah Mai Iko Dukka.

Da sunan Yesu muna kira gare ka da ka lalata tasirin da Shaiɗan ya yi wa al'ummominmu, ƙasashenmu, da ƙasashenmu.

Muna kira ga kowace cibiya.

Ya Uba, muna yin nasara wajen addu'a ga iyali, aure, coci, makarantu, da kuma gwamnati.

'Yantar da mu daga mafaka.

Mun zartar da hukunci da kuma ayyana cewa tattalin arzikinmu ya 'yantu daga koma bayan tattalin arziki da shari'a.

Da sunan Yesu , muna ba da umarni da shelanta cewa al'ummominmu da al'ummominmu suna da 'yanci daga tashin hankali, rashin aikin yi, rashin karatu, talauci, rashin matsuguni, fyaɗe, tashin hankali a cikin gida, rashin bin doka, jima'i tsakanin dangi, shan giya, shan muggan kwayoyi, ɓarna, rashin addini, sihiri, ayyukan ibada, fasahar shaidan, sihiri, fari, wahalar tattalin arziki, cututtukan zamantakewa masu yaɗuwa, ƙiyayya ga Yahudawa, zubar da ciki, laifukan ƙiyayya, tsarkake ƙabila, rashin kulawa, da wauta ta shaidan.

Ya Uba, muna ba da umarni kuma muna shelanta cewa iyalai suna da 'yanci daga cin zarafin gida na aljanu, jima'i, rashin aiki, yunwa, rashin kuɗi, kunya, cin zarafin yara, da kuma watsi da su.

Aurenmu ba shi da wata cuta, zina, cin zarafin mata, karya alkawari, saki, da kuma watsi da motsin rai, jiki, da kuma kuɗi.

Kasuwancinmu ba su da laifi a fannin fatara, fatara, da kuma asarar abokan ciniki da abokan ciniki.

SASHE NA 6 — Shugabanci & Gwamnati

Makarantunmu, kwalejoji, da jami'o'inmu ba su da jahilci, koyaswar addini da ta ɗan adam, karkacewa, tashin hankali a cikin ƙungiyoyi, shan muggan ƙwayoyi, neman kuɗi ba bisa ƙa'ida ba, karkacewa, da rashin karatu.

Cocinmu ba su da wata matsala ta sulhu, rashin son kai, rashin son kai, rashin son duniya, ƙiyayya ga Yahudawa, ɗan adamtaka, rashin haɗin kai, tsanantawa, iko da addini, rashin bin ƙa'ida, rashin ɗa'a, da kuma mu'amala mara kyau.

Gwamnatocinmu sun tsira daga zalunci, mulkin kama-karya, juyin mulki, kwadayi, cin hanci da rashawa, sata, zalunci, tsauri, rashin tausayi, son zuciya, da son zuciya.

Mun ayyana kuma mun zartar da cewa gwamnati mai adalci da ɗa'a ta maye gurbin mulkin kama-karya.

Muna shelar cewa waɗanda ke cikin manyan mukamai da mukamai na iko waɗanda ba su da wani amfani, za a maye gurbinsu da waɗanda ke nufin mu nagari.

Kawo daidaito tsakanin gwamnatocinmu da shugabannin duniya.

Mun san cewa zukatan sarakuna, sarauniya, shugabanni, mataimakan shugabanni, da firaminista suna hannun Ubangiji. Ceton shugabannin duniya da kuma kare zukatansu daga zalunci da ruɗani na shaidan.

Ka ba su hikimar jagoranci da gaskiya da tausayi a matsayin abokan tafiyarsu.

Ka ba su jagoranci na ɗabi'a da ɗabi'a.

Muna yi wa alkalai, gwamnoni, majalisu, sanatoci, jami'an birni, 'yan majalisa, mata 'yan majalisa, wakilan majalisa, kotunan koli, alkalan zaman lafiya, jami'an 'yan sanda, masu kashe gobara, 'yan majalisar jiha, gwamnonin tarayya da na jiha, masu tsara birane, 'yan siyasa, da masu tsara manufofi addu'a.

Muna kira da a kawo kowace tsari cikin daidaiton Allah cikin sunan Yesu.

Kawo daidaiton Allah ga kowane ɓangare na waɗannan tsarin:

Tsarin muhalli.
Tsarin ilimi. Tsarin tattalin arziki. Tsarin al'adu. Tsarin tsaro. Tsarin ruhaniya. Tsarin likitanci. Tsarin nishaɗi. Tsarin fasaha. Tsarin gwamnati da siyasa. Tsarin ilmin taurari. Tsarin kimiyya.

Ina ba da umarni kuma ina shelanta cewa unguwanninmu, al'ummominmu, biranenmu, majami'u, gundumomi, da al'ummai za su tashi su haskaka, domin haskenku ya zo kuma ɗaukakar Ubangiji ta bayyana a kanku.

Za ku ci gaba da samun wadata da kuma lafiyar tattalin arziki mai kyau kamar yadda rayukan waɗannan birane, al'ummomi, da ƙasashe ke bunƙasa.

Ku bi umarnin Allah.

Za ku san Allahn Ibrahim, Ishaku, da Yakubu.

Za a canza arzikin teku kuma a yi tasiri mai kyau ga tattalin arzikin ƙasashe.

Za ku san Ubangiji, Allah ɗaya tilo na gaskiya.

Kofofinki za su sami arzikin al'ummai.

Za a ciyar da ku kuma a ciyar da ku gaban sarauta.
Maimakon tagulla, Allah zai ba ka zinariya.

Maimakon dutse, Allah zai ba ka azurfa.

Ba za a ƙara jin tashin hankali a ƙasarku ba.

Zaman lafiya zai kasance gwamnanku, adalci kuma zai zama shugabanku.

Ba za ku fuskanci halaka da halaka ba.

A matsayinka na al'umma ba za ka ruguje ba, kuma ba za ka halaka a cikin iyakokinka ba.

Za a kawar da mugunta da duhu, domin Allah zai zama haskenka na har abada da ɗaukakarka.

Kwanakin baƙin cikinka, gwagwarmaya, da wahala suna ƙarewa.

Zukatan mutane za su sake yin farin ciki yayin da suka sanya begensu ga Allah.

Za a maye gurbin baƙin cikinka da baƙin cikinka da farin cikin Ubangiji.

Za a maye gurbin rashinka da yalwa.

Za a maye gurbin son zuciya da cin amanar ku da bikin mutane da al'adu daban-daban.

Alherin Ubangiji zai kewaye ka kamar yadda ruwa ya rufe teku.

'Ya'yan ƙasarku maza da mata za su girma su zama manyan shugabanni, masu kirkire-kirkire, masu bin diddigin abubuwa, da kuma mizanin nagarta, gaskiya, riƙon amana, adalci, da ɗabi'a mai kyau.

SASHE NA 7 — Yaƙin Kai

Na yanke kan sojojin da ke kama da na boa waɗanda ke ƙoƙarin shaƙewa, shaƙewa, tsayawa, dannewa, da kuma murƙushewa.

Bari takobin Ruhu ya yanke kan ruhin mai kama da maciji wanda ke bugun harshensa kuma yana da alhakin yin izgili , ruɗani, tsoro, haɗa kai, yaudara, sarrafa hankali, ayyukan canza kaddara, sihirin baƙi, sihirin fari, duba, ilimin aljanu, ƙungiyar Sabon Zamani, Santería , sihiri, sihiri, sihiri, shiga mafarki, yaudara, da kuma mayar da hankali mara kyau.

Bari wutar Allah mai cinyewa ta lalata ruhin kamar na python wanda ke mamaye, yana haifar da nauyi na ƙarya, yana ɓata rai, kuma yana hadiye albarka.

Duk abin da maƙiyi ya hadiye, ko ya mamaye shi, ko ya fusata, ina umarta a tofa shi, a yi tari, sannan a sake shi.

Ina umartar a sake 'ya'yanmu.
Ina umartar a saki aurenmu.
Ina ba da umarnin a saki kuɗinmu.
Ina ba da umarnin a saki kasuwancinmu.
Ina ba da umarnin a sake mana damarmu.
Ina umartar a saki dukiyarmu.
Ina umurtar a sake mana kaddara.
Ina umartar nasararmu ta fito.
Ina umartar a sake mana gidajenmu.
Ina umartar a sake mana manufarmu.
Ina umartar mu'ujizai da a sake su.
Da sunan Yesu, ka 'yantar da mu daga albarkunmu .

Baba, muna yi maka godiya.

Mun san cewa har yanzu kana jin mu.
Mun tsaya don mu yabe ka.

Muna ba ku ɗaukaka.

Muna girmama ka, Ya Allah, domin mun fahimci cewa ba tare da addu'a ba, da alama babu abin da zai faru.

Ya Uba, muna tashi zuwa ga babban iko na addu'a.

Mun koma matsayin mulki da iko.
Muna gode maka, Ya Allah, bisa ga wadanda suke sauraro.
Muna gode maka da cewa ana sauya rayuwarsu.
Muna godiya da dawowar ku ga Allah.

Abubuwa za su canza.

Dole ne su canza.

Ya Uba, muna roƙon ɗakin kursiyin aljanna.

Muna gode maka cewa ko da mun yi nasara a addu'a, mutane da yawa a cikin Littafi Mai Tsarki sun ɗaga zukatansu da ruhinsu domin sun fahimci cewa idan ba Ka shiga tsakani ba, ba za a sami shiga tsakani ba.
Kamar yadda Isra'ilawa suka yi kuka gare ka, ka kuma aiko musu da masu ceto, haka nan muke yi muku kuka a yau.

Bari su fito daga kabari.

Bari su fito daga bangon.

Muna kiran 'ya'yan Allah.

Mun umarce su da a sake su cikin sunan Yesu.

Uba, cikin sunan Yesu, ka saki duk abin da maƙiyi ya riƙe ba bisa ƙa'ida ba kuma ya riƙe.

Bari ikon Ruhu Mai Tsarki da ikon daga sama su lalata ruhin maciji mai kama da maciji mai ratsa jiki wanda ke haifar da gurɓatawa mai guba da kuma jita-jita mai ban tsoro.

Bari harsunansu su manne a saman bakinsu.

Wannan ruhin yana haifar da dangantaka mai guba da cutarwa.

Yana haifar da ciwo da rashin jin daɗi.
Yana haifar da rudani.
Yana haifar da zubar da farin ciki, zaman lafiya, kuɗi, da albarkatun halitta da na ruhaniya.

Uba, na yi umarni kuma na ayyana cewa ba za a sake samun zubar jini ba.

Farin cikinmu ba zai fita ba.
Zaman lafiyarmu ba zai zube ba.
Albarkatunmu ba za su sake zubar da jini ba.

A ɗaure raunin.

Ya Uba, muna zartar da hukunci kuma muna shelanta cewa lalacewa, rashin fahimta, rashin tabbas, da ɓarna sun lalace. Duk wani nau'in mutuwa da wannan ruhin ke haifarwa—zarge-zarge, dangantaka mai cin zarafi, da mutuwa—an mayar da su baya.

Na zartar kuma na ayyana cewa an juya wannan.

Mun 'yantu.
'Ya'yanmu sun sami 'yanci.
An 'yantar da ƙaunatattunmu.

Muna shiga tsakani yanzu ta hanyar addu'a.

Muna katse ayyukan waɗannan ruhohin cikin sunan Yesu.

Ya Uba, mun yi umarni cewa kada mu riƙe ɗacin rai, ƙarya, kishi, ɓata suna, kishi, rashin biyayya, ko laifi a cikin zukatanmu ga kowa.

Waɗannan ruhohi ba za su mallake mu ba.

'Yantar da mu daga munanan motsin rai.

Ya Uba, mun zo kan mafarauta na dare—waɗanda ke ɓoye kansu da waɗanda ke zamewa a ƙarƙashin duwatsu don ɓuya, suna jiran lokacin da ya dace don su kai hari.

Mun cire murfin daga cikin abubuwan da suka yi.

Mun zartar da hukunci kuma mun ayyana cewa ɓoye sirri, ƙarya, rashin jituwa, yaudara, da munafunci sun bayyana. An fallasa ɓoye ƙarya cikin sunan Yesu.

Kwaikwayo, ayyukan zamba, rashin aminci, da yaudara—muna halaka ku da ikon Allah.

Mun zartar da cewa kowace makami da aka ƙera a kanmu ba ta da ƙarfi.

Duk wata barazana da aka gina a kanmu tana da nasaba da rashin aikin yi.
Kowace kwangila ta shaidanu ta lalace.
Duk wani kamfen na bata suna ya gaza.
Kowace mummunar la'ana ana mayar da ita sau biyu ga wanda ya fara ta.
Kowanne maciji na ruhaniya, kerkeci cikin tufafin tumaki, hankaka, ungulu, tsutsa, da kuma macizai, yana cikin gurguwar sunan Yesu.

SASHE NA 8 — Yaƙin Kai

Baba, ka lalata ruhin anaconda.

Ka cece mu daga manyan ruwaye, ruhohin ruwa, ruhohin zurfi, da kuma ruhohin lahira.

Ya Uba, muna ba da umarni kuma muna shelanta cewa ba za mu sha wahala ko mu nutse cikin baƙin ciki, baƙin ciki, baƙin ciki, rashin taimako, rashin bege, ko mutuwa cikin sunan Yesu ba.

Ka 'yantar da mu. Wanda Ɗan ya ' yantar hakika yana da 'yanci.

Baba, muna gode maka, Ya Allah. Muna fitowa.

Ba ma rasa numfashinmu.

Ba ma rasa iko.

Ya Uba, Kai ne ke da iko a rayuwarmu.

Mu kamar Ayuba muke. Muna cewa, "Ko da ka kashe mu, duk da haka za mu dogara gare ka," domin mun san cewa Mai Cetonmu yana raye.

Ya Uba, ka sa tsoro ya mamaye zukatan maƙiyanmu da tsawarka, ƙanƙararka, da garwashin wuta.

Ku halaka su da wuta, walƙiya, da hukunci mai ƙonewa.

Ka haskaka kibanka ka kuma tsayar da su a kan hanyarsu.

Ka sa makamansu masu guba da kama da na ƙura su yi tasiri.

Karya haƙoransu.

Ka ba mu kariya ta hanyar ikon kashe ƙwayoyin cuta na jinin Yesu Kiristi.

Ka lalata ƙwai na macijin—abubuwan duhu da ke haifar da gida, da kuma ayyukan da ke haifar da ciki—kafin su ƙyanƙyashe.

Ka wargaza ruhun mai kama da maciji cikin sunan Yesu.

Mun yi umarni kuma mun sanar da cewa ko da waɗannan ruhohin suna ƙoƙarin yin gida da kuma shirya makircinsu, ba za mu ji wa ruhohin Yahuza, Jezebel, Ahitofel, Absalom, Haman, Sanballat Bahorone , Tobiya Ba'ammone , Fir'auna, da Kayinu rauni ba.

Bari takobin maƙiyanmu ya huda zukatansu lokacin da suka lanƙwasa bakunansu.

A karya makamansu ba tare da an gyara su ba.

Bari kibaunsu su wargaje.

Kashe wutar macijin mai tashi mai zafi, sannan ka sa ta faɗi cikin mutuwa da halaka.

Bari a mayar da maƙiyi baya a ruɗe shi, waɗanda suka shirya mana abin da zai cutar da mu.

Da sunan Yesu, ka yi wa maƙiyi rauni, ka kuma yi wa mai gashi rauni a kan mugaye rauni.

Bari sharrinsa ya kashe shi, kada ya sake tashi.

Bari a fallasa ruhin Laban mai ruɗi, wanda ke aiki a kasuwa.

Ka sanya masa kunya da rashin kunya yayin da Ka sa ni na yi nasara a kansa.

Ina karɓar iko akan ruhohin ɗan adam waɗanda ake amfani da su azaman masu masaukin baki na aljanu, otal-otal, da gidajen baƙi—ko abokai ne, dangi, abokan kasuwanci, abokan aiki, abokan aiki, 'ya'ya maza da mata na ruhaniya, ko kuma waɗanda suka tsira.

Baba, ka fallasa zukatansu.

Bayyana dalilansu da kuma manufofinsu.

Tona asirin abokan karya, abokan aiki, ma'aikata, da abokan aiki cikin sunan Yesu.

Ka dakatar da abin da suka yi na aljanu.

Gano ainihin asalinsu.

Tona asirin manufofinsu.

Bayyana ƙarfin da ke bayan ayyukansu na ban tsoro.

Bari binciken mugunta, ayyukan gano kurakurai, hasashen taurari, da shawarwarin mugunta su gaza.

Bari su gaza yanzu cikin sunan Yesu.

Ya Uba, mun yi umarni kuma mun bayyana cewa hannunka yana a mike, yana sa idanun masu binciken shaidan da masu sa ido su makance.

Ka lalata kishi da gasa mai hassada.

Ka karya kashin bayan makirci, zalunci, da cin amana.

Makafi masu kallon shaidan da waɗanda ke tsoma baki ta hanyar amfani da fasahar ilmin taurari da sihiri.

Ka sa kunnuwan ruhohin da ke sauraron mutane su zama kurame.

Muna tsayayya da ruhohin gaba, ruhohin da suka daɗe, ruhohin da ke fusata mutane, ruhohin da ba su da hankali, ruhohin da suka ƙaru, ruhohin da ke ɓata wa mutane rai, ruhohin da ke ɓata musu rai, ruhohin da ke tayar da hankali ... ɓata musu rai, ruhohin da ke ɓata musu rai, da ruhohin da ke yaudara.

An halaka ruhohin zubar da ciki, ruhohin Filistiyawa, da ruhohin Amoriyawa.

Muna adawa da ruhohi masu danne hankali da iko kuma muna hana su kwace tunanin da ke fitowa daga tunanin Kristi.

Fahimta da wahayi na Allah za su gudana.

Ra'ayoyin kirkire-kirkire da kirkire-kirkire masu wayo za su gudana.
Hikima za ta gudana.

Ra'ayoyinmu na zamani, dabaru, da dabarunmu za su gudana cikin 'yanci.

Waɗannan abubuwan da maƙiya suka yi ƙokarin toshewa za su gudana yanzu.

Ra'ayoyinmu za su gudana.

Hikimarmu za ta gudana.

Za a yi amfani da dabarunmu na zamani wajen cimma nasara.

Za mu yi aiki a kan sabbin kirkire-kirkire da nagarta a masana'antunmu da filayenmu cikin sunan Yesu.

Muna makantar da hanyoyin sadarwa da kawancen shaidan.

Bari mugayen sadarwa su ruɗani.

Ya ruɗe musu hankali.

Raba harsunansu.

Kawo ƙarshen shirinsu.

Ku kunyata waɗanda ke neman mutuwarmu cikin sunan Yesu.

Bisa ga Zabura 69:22–28:

Bari teburinsu ya zama tarko a gabansu.
Bari abin da ya kasance don jin daɗinsu ya zama tarko.
Bari idanunsu su yi duhu har ba za su iya gani ba.

Ka sa ƙugunsu ya yi rawa koyaushe.
Zuba musu fushinka.

Bari fushinka mai zafi ya kama su.
Bari wurin zama ya zama babu kowa.
Kada kowa ya zauna a cikin tantinsa, ko gidajensu, ko gidajensu, ko kuma a cikin gidajen sarautarsa.

Kara mugunta ga muguntarsu, kada su shiga cikin adalcinka.

Bari a goge su daga littafin masu rai, kada a rubuta su tare da masu adalci.

SASHE NA 9 — Sanarwa Kan Annabci

Ina adawa da duk wani ci gaba da aka tsara don lalata rayuwata, tasirina, hidimata, kasuwancina, wadatata, dangantakata, da damammakina.

Ina fita daga kangin shaidan kuma ina tsayayya da sihiri.

Ya Uba, ka yanke alaƙar ruhaniya da ba bisa ƙa'ida ba, alkawurra, kwangiloli, wajibai, da alƙawari cikin sunan Yesu.

Ina mayar da gurɓatattun abubuwa na shaidan.

Ka sa jinin Yesu ya tsarkake raina da ruhuna ya kuma ƙazantar da su.

Da sunanka na 'yantu daga kowace mugun tunani, ikon sihiri, hasashen abubuwa, shawara, da kuma maganganun da aka tsara don hana, ɓatarwa, ko ruɗani.

Ka lalata mugayen hanyoyin ruhaniya.

Soke haramtacciyar alaƙar rai da kuma haɗa kai.

Ka warware kowace alaƙa ta rashin ibada kuma ka yanke ta.

Ka wanke ni, zan tsarkaka.

'Yantar da ni daga yaudarar shaiɗan a zuciya.

Ina kawar da ruhin ɓarna, lalata, da yaudara.
Ba za a raina ni ba, a raina ni, ko a raina ni.
Ina kawar da bata sunan hali ta hanyar yin batanci.
Ina canza mummunan suna da kuma nuna wariya ta hanyar haɗin gwiwa.
Ina shelar cewa duk wani gurɓatawa an sake daidaita shi da jinin Yesu.

Ina shelar cewa sunana yana da alaƙa da gaskiya, mutunci, adalci, tsarki, adalci, da tsarki.

Ka ɓata maka rai ka kuma lalata shirin masu hasashen mugunta.

Baba, ka juya miyagun dokoki.

Ka ɓata wa waɗanda ke aiki cikin ruhin Haman rai.

Sauya mulki da kuma kin amincewa sun samo asali ne daga dokoki, manufofi, da ƙa'idoji na Shaiɗan.

Bayyana kuma wulakanta maƙiyi a cikin dukkan makircinsu, dabarunsu, dabarunsu, makircinsu, da hanyoyinsu na yaudara.

Na yi turjiya.

Bari wutar Allah ta lalata ayyukan maƙiyi.

Waɗanda suka gina tarkunan shaidan da tarkunan shaidan—bari a ɓata shirinsu kuma a yi musu rashin nasara a ayyukansu.

Tona asirin masu hadin gwiwa da hadin gwiwa marasa kyau da kuma fallasa su.

Bari waɗanda suka taru a gabana su warwatse, kada su sake taruwa.

Bari idanunsu su yi duhu har ba za su iya gani ba.
A toshe kunnuwansu don kada su ji.
Bari su nemi abincinsu a wuraren da babu kowa.

Ka miƙa hannunka a kansu ka rufe su da zagi, wulakanci, da kunya.

A gurfanar da su da guguwar hukunci da guguwar rashin jin daɗi.

Ka sa su ji tsoron kiban rana da kuma firgita da dare.

Tashi, ya Allah, ka bar maƙiyanka su warwatse.

Rufe kowace kofa da ƙofa ga Shaiɗan.

A hana shi shiga gidana.

Ka zama wutata da dare, hayakina kuma da rana.

Kada maƙiyi ya bi ni ko ya bi ni yayin da nake ci gaba a cikin aikina na mulki da kuma cika manufara.

Ka sa duk wani shaidan da aka ɗora wa alhakin jinkirta ko rage albarkatai ya zama abin takaici, a gurgunta shi, kuma a hana shi cika ayyukan da ya yi masa.

Bari kowace kalma ta annabci a rayuwata ta bayyana a lokacinta da lokacinta.

Uba, ina sake nanata cewa lokacina yana hannunka.

A kawo ƙarshen duk wani aikin aljani da ke da alaƙa da wahalar kuɗi, gazawa, da koma baya.

Uba, ka gurgunta abin da ke hana ni shiga cikin girma.

Ka juya duk wani dutse da dutse da ke toshe ci gaban kuɗi, zamantakewa, jiki, da ruhaniya da ke tare da ni cikin sunan Yesu.

Ka rage tasirin dukkan ayyukan shaidan.

Rushe teburin tattaunawa, shawarwari, da musayar ra'ayi na shaidan.

Ina shelar cewa an kifar da kowace muguwar tebur.

Ka lalata kowace irin mugunyar dabara, dabara, da fasaha da aka tsara don gazawara.

Na yi nasara da jinin Ɗan Rago da kuma maganar shaidata.

Ta wurin Almasihu ina yin amfani da bulldose na wuce masu tsaron ƙofofi na aljanu da masu tsaron ƙofofi.

A yanke ƙofofin tagulla da sandunan ƙarfe.

Buɗe idanuna da kunnuwana ga abubuwan da ke cikin Ruhu.

Ka rushe ayyukan ruhohi waɗanda ke haifar da makanta da kurmanci na ruhaniya da kuma ƙoƙarin kashe muryata.

Ina ɗaga muryata kamar ƙaho a Sihiyona don in yi shelar cewa Yesu Ubangiji ne.

Ina shelar cewa Shi ne ke mulki kuma yake mulki a rayuwata da kuma wannan yanki.

Saboda haka aka bayyana Ɗan Allah: domin ya rushe ayyukan maƙiyi.

Huda duhu da hasken kasancewarka—haske, hikima, fahimta, da iko.

Kada duhu ya fahimta, ya fahimta, ko ya hana cikar aikin da ka ba shi.

Ina rasa duk wani mai ƙarfi da ke da alaƙa da makanta ta ruhaniya da rashin iya jin magana daga Allah.

Ina ɗaure ka da wani sabon aiki—don ka zama matashin ƙafa na Yesu Kiristi.

Ina umurtar gidajen yari da ganuwar su ruguje.

Ina karya kowace irin ikon aljani mai adawa da ƙaddara, mai adawa da manufa, mai adawa da sha'awa, mai adawa da allahntaka, mai adawa da nasara, mai adawa da wadata, da kuma mai adawa da Kristi.

Wallahi, Ya Allah, ina gudu ta cikin rundunar sojoji.

Da Kai na tsallake bango zuwa sabbin duniyoyi masu damarmaki da damammaki marasa iyaka—duniya marasa iyaka da iyaka.

Na shiga wani wuri mai arziki.

Ina shiga cikin duniyar allahntaka inda nake bunƙasa, ina bunƙasa, kuma ina samun ci gaba.

Ina zartar da hukunci kuma ina shelanta: A cikinka nake rayuwa, a cikinka nake numfashi, kuma a cikinka nake da rayuwata.

Ina zaune a cikin Goshen annabci na.

Ya Allah, na yi umarni cewa an faɗaɗa tasirina.
Duk wani ruhi da ke haifar da haɗurra, halaka, da mutuwa da wuri—ko ta hanyoyin ruwa, manyan hanyoyi, ko hanyoyin iska—na karɓi iko a kanku yanzu.

Ina ɗaure ku da wutar allahntaka da kuma allon hayaƙi na sama.
Ina makantar da kai da wutar allahntaka da kuma allon hayaki na sama.

Ina ba da umarni kuma ina shelanta cewa tsarin GPS ɗinku na Shaiɗan yana aiki ba daidai ba kuma an lalata shi ba tare da wata matsala ba.

Ana kama duk wani aiki na haram da sunan Yesu.
Ina mayar da tasirinsa.

Yahweh, ka ba ni iko a kan dukkan ikon maƙiyi.

Mulkin sama yana shan wahala da tashin hankali, masu tayar da hankali kuma suna kama shi da ƙarfi.

Saboda haka ina mallakar kayana kuma ina kwace su da ƙarfi.

KASHI NA 10 — Rufe Addu'a da Bayanin Rufewa

Ina shela bisa ga **Zabura 92:8 da 14** cewa Ubangiji shine Maɗaukaki har abada.

Gama ga maƙiyanka , ya Ubangiji, gama ga maƙiyanka za su mutu; Duk masu aikata mugunta za su warwatse.

Amma ƙahona za ka ɗaukaka kamar ƙahon bijimin jeji;
Za a shafe ni da mai mai sabo.

Idanuna za su ga sha'awata a kan makiyana,
kunnuwana kuma za su ji sha'awata ga miyagu waɗanda suka tayar mini.

Adali zai yi girma kamar itacen dabino;
zai yi girma kamar itacen al'ul a Lebanon.

Waɗanda aka dasa a gidan Ubangiji
za su yi girma a cikin farfajiyar Allahnmu.

Za su ci gaba da yin 'ya'ya a tsufa;
za su yi sabo da kuma bunƙasa.

Ina shelar cewa lokacina yana hannunka.

Saboda haka, an 'yantar da ni daga zagayawan aljanu, yanayi, kalanda, da jadawalin aiki.

Ina cikin jituwa da aljanna.
Ina cikin yanayi na musamman. Ina cikin tsari na Allah.
Ina kunna lokutan kirki da lokutan albarka,
kuma ina lalata ruhohin da ke sarrafa lokutan mugunta,
lokutan wahala, da lokutan wahala.
Tunda lokacina yana hannunka,
ina umarta kuma ina shelanta cewa wannan shekarar da kuma

shekarun da za su zo za su cika da abubuwan al'ajabi masu ban mamaki waɗanda za su kawo mini farin ciki mai yawa.

Ina kawar da anka na aljanu waɗanda ke sa ni cikin zagaye-zagaye—
zagaye na talauci, wahala, rashin kuɗi, gwagwarmaya, rashin lafiya mai ɗorewa, da cuta.

Ina rushe waɗannan anka yanzu
ta wurin Kalma, da Jini, da kuma Ruhu.

Ina cikin Ubangiji.
Ina shelanta kuma ina yanke hukunci cewa gwagwarmayata ta ƙare.
Ina shelar abubuwan mamaki kwatsam, ƙaruwar allahntaka,
babban farin ciki cikin Ubangiji, ɗaukaka mai ɗorewa, tagomashi, wadata, wadata, iko, da tasiri.
An shafe ni don sabon kakar wasa.

Tsofaffin abubuwa sun shuɗe, ga shi kuwa, komai ya zama sabo.

Da wannan shafaffen lokaci na shiga sabuwar kakar
kuma na ayyana sabuwar kakar ƙarfi, zaman lafiya, cikakkiya, mai da hankali, wadata a hidima, da ɗaukaka.

Ina shelanta cewa kaina ba zai taɓa rasa mai ba.
Ina ƙara yawan iko, daidaito, da ƙarfi cikin sunan Yesu.
Na yi umarni cewa wannan man yana aiki a matsayin hatimin amincewa ga rayuwata.

Yana goyon bayana.
Yana ba ni kayan aiki. Yana ba ni ƙarfi. Yana ba ni sarari.

Ka sa in rayu cikin ambaliya.

Ka shigar da ni cikin ƙaddarar annabci da ɗaukaka ta wurin Yesu Kiristi,
wanda na sami gado a cikinsa,
an ƙaddara shi bisa ga nufin Wanda
yake aikata komai bisa ga shawarar nufinsa.

Ina rufe wannan addu'ar da sunan Yesu
da kuma ikon Jininsa, Kalmarsa, da Ruhunsa.

Yanzu ga wanda yake da ikon yin abubuwa da yawa fiye da
duk abin da zan iya roƙa ko tunani
bisa ga ikon da ke aiki a cikina—
Da sunan Yesu Kiristi,
Zan ƙare wannan shekarar da ƙarfi
kuma in fara kowace sabuwar shekara mai ƙarfi.

Amin. Amin. Kuma Amin.

Fahimtar Agogo Takwas (8) na Addu'a

A cikin Littafi Mai Tsarki, addu'a da lura ta ruhaniya galibi suna da alaƙa da takamaiman lokutan tsaro.
An sanya masu gadi a wurin da za su yi tsaron birane, su yi gargaɗi game da haɗari, kuma su kasance a faɗake a lokutan daban-daban na dare da rana.
Hakazalika, ana kiran masu bi su ci gaba da kasancewa a faɗake a ruhaniya.
Yesu ya umurci almajiransa:

"Ku yi tsaro ku yi addu'a, kada ku shiga jaraba."
(Matta 26:41)

Wannan jagorar addu'a tana bin tsarin **addu'o'i guda takwas**, wanda ke wakiltar lokutan da aka yi niyya a cikin yini don mayar da hankalinmu ga Allah cikin roƙo.
Waɗannan agogon ba sa ɓukatar dogon lokaci na addu'a. Ko da mintuna kaɗan masu mayar da hankali a kowane agogo na iya zama masu ƙarfi idan aka yi su akai-akai.

Agogon Farko — 6:00 AM
Farkon ranar.
Wannan agogon lokaci ne na keɓe ranar ga Ubangiji, daidaita zukatanmu da manufofinsa, da kuma gayyatar shiriyarsa.

Agogo na Biyu — 9:00 AM
Lokaci ne da za a yi addu'a don hikima, jagora, da ƙarfi don ɗaukar nauyin da ke kan wannan rana.
Muminai da yawa suna amfani da wannan agogon don yin addu'a ga shugabanni a cikin Ikilisiya da kuma a fadin tsaunukan da ke da tasiri.

Agogo na Uku — 12:00 na rana
Addu'ar tsakar rana.
Wannan agogon yakan zama lokacin da za a dakata da sake mai da hankali a ruhaniya, a ɗaga iyalai, al'ummomi, da al'ummai a gaban Ubangiji.

Kallo na Huɗu — 3:00 na Yamma
Lokacin da aka saba dangantawa da addu'a a cikin Ikilisiya ta farko (Ayyukan Manzanni 3:1).
Wannan agogon lokaci ne mai ƙarfi don yin addu'a don samun sa hannun Allah da nasara.

Agogon Biyar — 6:00 na yamma
Sadaukar da yamma.
Yayin da rana ke canzawa, wannan agogon yana gayyatar masu bi su yi addu'a don kariya, gyarawa, da zaman lafiya.

Kallo Na Shida — 9:00 PM
Lokaci ne na tunani da godiya ga abin da Allah ya yi a rana. Lokaci ne kuma da za a yi addu'a ga Ikilisiya da al'ummai kafin a shiga agogon dare.

Agogon Bakwai — 12:00 na safe
Sallar tsakar dare.
A cikin Littafi Mai Tsarki, tsakar dare sau da yawa lokaci ne na nasara ta ruhaniya (Ayyukan Manzanni 16:25-26).
Wannan agogon yana wakiltar yaƙin ruhaniya mai zurfi da kuma roƙo.

Agogo na Takwas — 3:00 na safe
Agogon juriya da addu'ar annabci.
Masu roƙo da yawa a tarihi sun gano cewa wannan lokacin lokaci ne mai ƙarfi don jin daɗin ruhaniya da kuma roƙo mai zurfi.

Agogo Mai Ci Gaba

Lokacin da mutane, ƙungiyoyi, da majami'u suka yi addu'a a waɗannan lokutan, sakamakon ya zama **ci gaba da yin addu'a** .

Wannan tsari yana nuna kiran Ezekiel 22:30:

"Na nemi wani mutum a cikinsu wanda zai gina bango ya tsaya a tsakiyar ramin a gabana domin ƙasar."

Yayin da masu bi ke shiga cikin waɗannan agogon, suna zama wani ɓangare na babban motsi na roƙo ga Ikilisiya da al'ummai.

GABATARWA

Kira Don Tsaya A Cikin Tazara

A cikin Littafi Mai Tsarki, duk lokacin da Allah ya so ya shiga cikin al'amuran al'ummai, yana neman maza da mata waɗanda za su tsaya a cikin wannan gibin ta hanyar addu'a.

Annabi Ezekiel ya rubuta zuciyar Allah lokacin da Ya ce:

"Na nemi mutum a cikinsu wanda zai gina shinge, ya tsaya a cikin ramin a gabana domin ƙasar, domin kada in rushe ta: amma ban sami ko daya ba."
—Ezekiel 22:30

Wannan magana ta bayyana wata ƙa'ida ta ruhaniya ta har abada:
Allah yana aiki ta hanyar masu roƙo.

Al'ummai suna tashi suna faɗuwa. Al'adu suna canzawa. Tsarin iko yana tasiri ga al'ummomin. Duk da haka, a bayan waɗannan abubuwan da ake iya gani akwai ƙarfin ruhaniya waɗanda ke tsara abubuwan da ke faruwa a duniya.

Saboda wannan dalili, addu'a ba wai kawai aikin ibada ba ce. Addu'a ita ce **shiga gwamnati da Allah** a cikin al'amuran duniya.

Ceto yana gayyatar sama ta shiga tsakani a cikin tsarin duniya.

Duwatsu Bakwai Masu Tasiri

Kowace al'umma tana da siffofi masu mahimmanci na tasiri waɗanda ke ƙayyade dabi'u, al'adu, da alkibla. Waɗannan galibi ana siffanta su da Tuddai **Bakwai na Tasiri** :

• Addini
• Iyali • Ilimi • Gwamnati • Kafafen Yaɗa Labarai da Sadarwa
• Fasaha da Al'adu • Kasuwanci da Tattalin Arziki

Waɗannan duwatsu suna tasiri ga yadda mutane ke tunani, abin da al'ummomi ke yi, da kuma yadda ake mulkin ƙasashe.

Idan aka tsara waɗannan fannoni da adalci, al'ummomi suna bunƙasa. Idan aka mamaye su da ɓarna ko duhun ruhaniya, tsararraki gaba ɗaya suna shan wahala sakamakon hakan.

Saboda wannan dalili, ba wai kawai an kira masu bi su yi wa'azin bishara ba, har ma su **yi addu'a mai kyau game da waɗannan fannoni na tasiri** , suna roƙon Allah ya ɗaga shugabannin gaskiya da hikima waɗanda za su daidaita tsarin da manufofinsa.

Ma'aikatar Ceto

Littafi Mai Tsarki cike yake da misalan mutanen da suka tsaya a gaban Allah a madadin wasu.

Ibrahim ya yi roƙo domin Saduma.
Musa ya yi roƙo domin Isra'ila. Daniyel ya yi roƙo don a maido da Urushalima. Esther ta yi kasadar ranta don ceton mutanenta.

Fiye da komai, Yesu Kiristi da kansa ya ci gaba da hidimar roƙo a yau:

"Yana da rai har abada domin ya yi roƙo dominsu."
- Ibraniyawa 7:25

Ta wurin Almasihu, ana gayyatar masu bi su shiga cikin wannan aikin ceto mai ci gaba.

Manzo Bulus ya tunatar da mu cewa Ruhu Mai Tsarki yana taimaka mana a cikin wannan kira:

"Ruhu da kansa yana roƙonmu da nishi waɗanda ba za a iya furtawa ba."
- Romawa 8:26

Don haka, ceto yana zama hadin gwiwa tsakanin:

• Mai bi yana addu'a
• Ruhu Mai Tsarki yana jagora • Kuma Kristi yana roƙo a gaban Uba.

Agogon Addu'a na Kwanaki Arba'in

An tsara wannan ƙaramin littafin a matsayin tsarin **kula da addu'o'i na tsawon kwanaki 40** da ake yi kowace shekara daga **17 ga Maris zuwa 25 ga Afrilu** .

Tsarin ya haɗa da:

• **Addu'o'i 10 da ake buɗewa a ƙofa**
• **Addu'o'i 320 masu mahimmanci**
• **Addu'o'i takwas a kowace rana**
• **Tushen Nassosi don yin ceto**

Waɗannan addu'o'in suna kafa ikon ruhaniya, suna wargaza juriya, kuma suna gayyatar manufofin Allah cikin al'ummai.

Kowace rana ta azumin ta ƙunshi **agogon addu'a guda takwas** , waɗanda ke wakiltar lokutan ruhaniya daban-daban a cikin yini.

Waɗannan agogon suna taimaka wa masu bi su kasance a faɗake a ruhaniya kuma su yi daidai da manufofin Allah.

Kungiyar Masu Ceto ta Duniya

Wannan aikin ba a yi shi don mutum ɗaya ko hidima ɗaya kaɗai ba.

Allah yana tada hanyar sadarwa ta duniya ta masu bi waɗanda ke ɗaukar nauyin addu'a ga Ikilisiya da kuma al'ummai.

Ta hanyar fassara zuwa harsuna da yawa da kuma shigar masu bi a faɗin duniya, hangen nesa shine a tattaro **al'umma a duk duniya mai masu ceto sama da miliyan 10** waɗanda za su tsaya tare cikin addu'a.

Waɗannan masu ceto za su yi addu'a ga:

• Tsarkakewa da haɗin kan Cocin
• Ceton al'ummai • Hikima ga shugabanni • Sauyi a faɗin Tuddai Bakwai na Tasiri.

Matsayinka a Wannan Aikin

Ko kuna yin addu'a ɗaya ɗaya, tare da ƙungiyar addu'a, ko kuma a matsayin wani ɓangare na al'ummar coci, wannan ɗan littafin yana ba da jagora mai tsari don taimaka muku shiga cikin addu'a mai ma'ana.

Ana gayyatarku ku shiga wannan addu'a da imani, tawali'u, da kuma bege.

Yayin da kake addu'a ta waɗannan shafuka, ka tuna:

Addu'a tana canza yanayi.
Addu'a tana fitar da sa hannun Allah. Addu'a tana daidaita duniya da sama.

Gayyatar ta kasance iri ɗaya a yau kamar yadda take a da:

Tsaya a cikin rata.

Kuma ta hanyar addu'a mai aminci, a yi nufin Allah **a duniya kamar yadda yake a sama.**

Umarnin Mai Ceto

Ibrahim, Musa, Daniyel, Yesu da Ruhu Mai Tsarki: Tsaye a Cikin Gaɓar

A cikin Littafi Mai Tsarki, Allah ya bayyana wani tsari mai daidaituwa: lokacin da al'ummai suka nufi halaka, Ubangiji yana neman mutanen da za su tsaya a gabansa cikin addu'a.

Annabi Ezekiel ya fahimci wannan gaskiyar da wata magana mai ƙarfi daga Ubangiji:

"Na nemi mutum a cikinsu wanda zai gina ganuwa ya tsaya a wurin da aka tsaga a gabana domin ƙasar, domin kada in rushe ta." (Ezekiel 22:30)

Addu'a ita ce tsayawa tsakanin sama da ƙasa—tana neman rahama, adalci, da manufofin Allah a madadin wasu.

Littafi Mai Tsarki ya gabatar da misalai da yawa masu ƙarfi na waɗanda suka cika wannan matsayin.

Ibrahim: Addu'a ga Mugun Birni

Ibrahim, uban bangaskiya, yana cikin waɗanda suka fara yin roƙo a cikin Littafi Mai Tsarki.

A cikin Farawa 18, Ubangiji ya bayyana wa Ibrahim cewa biranen Saduma da Gomora sun lalace sosai kuma hukunci ya kusa.

Duk da haka, kafin a yi hukunci, Allah ya bar Ibrahim ya san abin da zai yi.

"Zan boye wa Ibrahim abin da zan yi?"
(Farawa 18:17)

Maimakon ya yi shiru, Ibrahim ya matsa gaba cikin tawali'u da ƙarfin hali don ya roƙi rahama.

Farawa 18:22 ta rubuta wani lokaci mai ban mamaki:

"Amma Ibrahim ya tsaya a gaban Ubangiji."

Tsayuwa a gaban Ubangiji matsayi ne na mai roƙo.

Ibrahim ya roƙi adalci da rahamar Allah, yana tambaya ko za a iya ceton birnin idan ana iya samun mutanen kirki a cikinsa.

Farawa da hamsin sannan a hankali a rage adadin zuwa goma, Ibrahim ya ci gaba da roƙon rahama.

An miƙa kowace roƙo da tawali'u:

"Ga shi yanzu, ni da nake ƙura da toka kawai, na dauka wa kaina in yi magana da Ubangiji."
(Farawa 18:27)

Addu'ar Ibrahim ta nuna cewa Allah yana gayyatar wadanda ke tafiya tare da shi su shiga cikin mu'amalarsa da duniya ta hanyar addu'a.

Musa: Addu'a ga Al'umma Mai Tawaye

Wani misali mai ƙarfi na ceto ya bayyana a cikin rayuwar Musa.

A cikin Fitowa ta 32, mutanen Isra'ila sun faɗa cikin bautar gumaka ta hanyar bauta wa ɗan maraƙin zinariya. Tawayensu ya jawo fushin Ubangiji, kuma hukunci ya yi kama da tabbatacce.

Duk da haka Musa ya matsa gaba don ya yi sulhu.

Maimakon ya nisanta kansa daga mutanen, Musa ya yi mu'amala da su kuma ya yi kira ga alkawuran Allah.

Ya yi addu'a:

"Ya Ubangiji, me ya sa fushinka ya yi zafi a kan mutanenka, waɗanda ka fito da su daga Masar da ƙarfi mai girma?"
(Fitowa 32:11)

Musa ya tunatar da Ubangiji alkawarinsa da Ibrahim, Ishaku, da Isra'ila. Ya yi kira ga sunan Allah a tsakanin al'ummai kuma ya roƙi jinƙai.

Ta hanyar addu'arsa, an danne shari'a kuma an kiyaye mutane.

Wannan lokaci yana bayyana gaskiya da dama game da ceto:

• Masu roƙo suna da alaƙa da mutanen da suke yi wa addu'a.
• Masu roƙo suna roƙon alkawuran Allah da halayensa. • Roƙo yana neman gyarawa maimakon halaka.

Daniyel: Addu'a ga Al'ummar da aka Kama

Shekaru da yawa bayan haka, wani mai ceto ya bayyana a lokacin rikicin ƙasa.

Daniyel ya rayu ne a lokacin da Babila ta kai Isra'ila bauta. Lokacin da ya karanta annabce-annabcen Irmiya kuma ya fahimci cewa lokacin bauta ya kusa ƙarewa, sai ya amsa da addu'a da tuba.

Daniyel 9:3 ya bayyana matsayinsa:

"Sai na juya fuskata ga Ubangiji Allah domin in yi roƙo ta wurin addu'a da roƙo, da azumi, da tsumma, da toka."

Addu'ar Daniyel ta kasance abin mamaki domin bai nisanta kansa daga zunuban al'ummar ba.

Madadin haka, ya yi mu'amala da mutanen kuma ya furta gazawarsu a gaban Allah:

"Mun yi zunubi mun kuma aikata mugunta."
(Daniyel 9:5)

Addu'ar Daniyel ta roƙi jinƙan Allah da amincin alkawari.

Ta wurin addu'arsa, sama ta amsa. Allah ya aiko mala'ika Jibra'ilu da wahayi game da makomar Isra'ila da zuwan Almasihu.

Misalin Daniyel ya nuna cewa yin addu'a ba wai kawai zai iya yin tasiri ga yanayin da ake ciki ba, har ma da tsararraki masu zuwa.

Yesu: Babban Mai Ceto

Ko da yake Ibrahim, Musa, da Daniyel sun nuna ikon yin addu'a, babban mai yin addu'a a tarihi shine Yesu Kiristi.

Ba wai kawai Yesu ya yi addu'a ga ɗan adam a lokacin hidimarsa ta duniya ba—Yana ci gaba da yin addu'a a yau.

Littafi Mai Tsarki ya furta:

"Yana da rai koyaushe yana roƙonsu."
(Ibraniyawa 7:25)

Ta hanyar hadayarsa a kan gicciye, Yesu ya sulhunta ɗan adam da Allah. Ta hanyar addu'arsa mai ci gaba, yana ci gaba da wakiltar masu bi a gaban Uba.

Kowace addu'a da aka yi a lokacin wannan agogon kwana arba'in a ƙarshe tana gudana ta cikin hidimar Almasihu.

Ba mu dogara ga adalcinmu ba, amma ga aikin da Yesu ya kammala.

Ruhu Mai Tsarki: Yin Addu'a a Cikin Mumini

Yayin da Yesu yake yi mana addu'a a sama, Ruhu Mai Tsarki yana aiki a cikin masu bi don ƙarfafawa da kuma jagorantar addu'o'inmu.

Littafi Mai Tsarki ya koyar da cewa ba a bar masu bi su yi addu'a da ƙarfinsu ba. Ruhun Allah yana taimaka mana wajen yin addu'a, musamman a lokutan da kalmomi ba su isa ba.

Manzo Bulus ya rubuta:

" Haka nan kuma Ruhu yana taimakon gajiyarmu: domin ba mu san abin da ya kamata mu yi addu'a a kai ba, amma Ruhu da kansa

yana yi mana roko da nishi wadanda ba za a iya fada ba."
(Romawa 8:26)

Wannan yana nufin cewa roko ba wai kawai kokarin dan adam ba ne, hadin gwiwa ne tsakanin mai bi da Ruhun Allah.

Lokacin da masu bi suka yi addu'a, Ruhu Mai Tsarki yana daidaita addu'o'insu da nufin Allah.

Mumini a Matsayin Haikalin Allah

Littafi Mai Tsarki ya kuma bayyana cewa masu bi da kansu su ne wurin zama na Allah.

Bulus ya rubuta:

"Ba ku sani ba ku haikalin Allah ne, Ruhun Allah kuma yana zaune a cikinku?"
(1 Korintiyawa 3:16)

Domin Ruhun Allah yana zaune a cikin masu bi, rayuwar mai bi ta zama wuri mai rai inda ake yin zumunci da Allah.

Yesu ya bayyana cewa an yi nufin gidan Allah ya zama **gidan addu'a** (Matta 21:13).

Wannan gaskiyar ta wuce gine-gine da tarurruka. Mutanen Allah da kansu suna zama gidajen addu'a masu rai.

A matsayin haikali na Ruhu Mai Tsarki, masu bi suna dauke da gayyatar ci gaba zuwa ga zumunci da Allah.

Gidan Addu'a Mai Rai

Idan Ruhu Mai Tsarki yana zaune a cikin masu bi, addu'a ba ta kara iyakance ga takamaiman lokatai ko wurare ba.

Ruhu yana samar da ci gaba da sanin kasancewar Allah a cikin mai bi.

Ta wurin Ruhu:

- Zukatanmu sun motsa zuwa ga addu'a
- Nauyinmu yana da tsari bisa ga nufin Allah • Roƙonmu sun yi daidai da nufin Allah

Ta wannan hanyar, mai bi zai zama bagadin ceto mai rai.

Ruhu yana motsa addu'o'i ga iyalai, ga majami'u, ga shugabanni, da kuma ga al'ummai.

Abin da ya fara a matsayin ƙaramin abin ƙarfafawa a cikin zuciya sau da yawa yakan zama babban aikin roƙo a gaban kursiyin Allah.

Haɗin gwiwa a cikin Ceto

Saboda haka, hidimar ceto ta ƙunshi kyakkyawar haɗin gwiwa:

- **Yesu yana yi mana addu'a a gaban Uba.**
- **Ruhu Mai Tsarki yana yin addu'a a cikinmu.**
- **Masu bi suna amsawa cikin biyayya ta hanyar addu'a.**

Ta hanyar wannan haɗin gwiwa, manufofin Allah suna ci gaba a duniya.

Yayin da masu bi suka shiga wannan agogon addu'a na kwanaki arba'in, ba sa yin addu'a su kaɗai.

Ruhun Allah yana aiki a cikinsu, yana taimaka musu su ɗauki nauyin roƙo.

Kuma Almasihu da kansa yana tsaye a gaban Uba a matsayin Babban Firist na har abada, yana gabatar da addu'o'in tsarkaka.

Kiran Zama Gidan Addu'a

Yayin da kake shiga cikin wannan lokacin azumi da addu'a, ka tuna cewa addu'a ba kawai wani abu ne da kake yi ba.

Yana daga cikin wanda kake a matsayin haikali na Allah mai rai.

Ruhu Mai Tsarki da ke cikinka a shirye yake ya jagoranci addu'o'inka, ya karfafa bangaskiyarka, ya kuma daidaita zuciyarka da nufin Allah.

Bari wannan agogon kwana arba'in ya farkar da ku rayuwa mai zurfi ta zumunci da Ubangiji.

Kuma rayuwarka ta zama abin da Yesu ya ayyana cewa gidan Allah ya kamata ya kasance koyaushe:

Gidan addu'a.

Duwatsu Bakwai Masu Tasiri

Yadda Suke Siffanta Duniyarmu

A tsawon tarihi, al'ummomi sun kasance suna da manyan fannoni na tasiri waɗanda ke ƙayyade yadda mutane ke tunani, rayuwa, da kuma mulkin kansu.

Waɗannan fannoni suna tasiri ga dabi'u, al'adu, dokoki, ilimi, tattalin arziki, da kuma alkiblar ruhaniya. Idan waɗannan yankuna suka haɗu da adalci, al'ummomi suna bunƙasa. Idan cin hanci da rashawa, yaudara, da rashin adalci suka mamaye su, al'ummomi suna fuskantar ruɗani da koma baya.

Shugabannin Kirista da yawa sun bayyana waɗannan yankuna a matsayin **Tuddai Bakwai na Tasiri** saboda matakin iko da tasirin da suke da shi wajen tsara wayewa.

Kiran masu roƙo ba wai kawai a yi wa mutane addu'a ba ne, har ma a yi addu'a don sauyi ga waɗannan tsare-tsare masu tasiri domin manufofin Allah su bayyana a rayuwar al'ummai.

Lokacin da masu bi suka yi addu'a mai kyau ga waɗannan duwatsu, suna roƙon Allah ya kawo **hikimarsa, adalcinsa, adalcinsa, da gaskiya** a wuraren da ke tsara al'umma.
Duwatsu bakwai sun haɗa da:

1. **Addini (Coci)**
2. **Iyali**
3. **Ilimi**
4. **Gwamnati**
5. **Kafofin Watsa Labarai**
6. **Fasaha da Al'adu**
7. **Kasuwanci da Tattalin Arziki**

Kowanne dutse yana da babban tasiri kan yadda al'ummomi ke aiki.

1. Dutsen Addini (Cocin)

An kira Coci don ya **zama lamirin ruhaniya na al'umma** .

Idan Ikilisiya ta yi ƙarfi, tana addu'a, kuma tana da tushe a cikin gaskiya, sai ta zama tushen haske na ɗabi'a, jagora na ruhaniya, da bege ga duniya.

Duk da haka, idan Cocin ya yi rauni, ya rabu, ko kuma ya shagala, al'umma sau da yawa tana rasa kamfas ɗinta na ruhaniya.

Yesu ya bayyana a cikin Matiyu 21:13:

"Za a kira gidana gidan addu'a."

Masu roƙo suna yi wa Ikilisiya addu'a domin ta kasance cikin tsarki, haɗin kai, jarumtaka, da aminci ga bisharar Yesu Kiristi.

2. Dutsen Iyali

Iyali shine **ginshiƙin kowace al'umma** .

A cikin iyalai ne ake fara samun dabi'u, asali, hali, da imani. Iyalai masu lafiya suna samar da al'ummomi masu ƙarfi da ƙasashe masu ƙarfi.

Idan iyalai suka wargaje, tsararraki kan fuskanci rashin kwanciyar hankali, ruɗani, da kuma rashin alkibla.

Littafi Mai Tsarki ya koyar da cewa Allah yana son maidowa cikin iyalai:

"Zai juyar da zukatan ubanni ga 'ya'ya, zukatan 'ya'ya kuma ga ubanninsu."
(Malachi 4:6)

Masu roƙo suna yi wa iyalai addu'a domin lafiyar tsararraki masu zuwa ta dogara ne da su.

3. Dutsen Ilimi

Ilimi yana tsara yadda mutane ke tunani da kuma yadda ake kafa shugabanni na gaba.

Makarantu, jami'o'i, da cibiyoyin ilmantarwa suna tasiri ga ra'ayin duniya na tsararraki gaba ɗaya. Ra'ayoyin da ake koyarwa a cikin azuzuwa galibi suna zama manufofi, fasahohi, da tsarin da ke tsara makomar.

Saboda wannan dalili, masu bi suna addu'a cewa gaskiya, hikima, da mutunci su shiryar da waɗanda ke koyarwa da waɗanda ke koyo.

Daniyel da abokansa sun nuna yadda hikimar Allah za ta iya rinjayar yanayin koyo:

"Allah ya ba su ilimi da fasaha a cikin dukkan ilimi da hikima."
(Daniyel 1:17)

Addu'a a kan dutsen ilimi yana neman hikimar Allah ga ɗalibai, malamai, da cibiyoyi.

4. Dutsen Gwamnati

Gwamnati tana da alhakin kafa dokoki, kare adalci, da kuma kiyaye tsari a cikin al'umma.

Shugabannin gwamnati suna yanke shawara da ta shafi miliyoyin mutane. Manufofinsu suna tasiri ga tattalin arziki, tsaron ƙasa, kwanciyar hankali na zamantakewa, da kuma alaƙar ƙasashen duniya.

Littafi Mai Tsarki yana ƙarfafa masu bi su yi addu'a ga waɗanda ke mulki:

"Saboda haka ina roƙon Allah, a yi addu'o'i, da roƙo, da godiya ga dukkan mutane, da sarakuna, da kuma duk waɗanda ke cikin iko." (1 Timothawus 2:1-2)

Masu roƙo suna yi wa shugabannin gwamnati addu'a domin adalci, adalci, da hikima su jagoranci shawarwarin ƙasa.

5. Kafafen Yaɗa Labarai da Nishaɗi

Kafafen yaɗa labarai da Nishaɗi suna tsara yadda mutane ke karɓar bayanai da kuma fassara abubuwan da ke faruwa a kusa da su.

Ta hanyar talabijin, rediyo, dandamali na dijital, aikin jarida, da kafofin sada zumunta, ana samar da labarai da ke tasiri ga fahimtar jama'a da dabi'un al'adu.

Saboda isa ga kafofin watsa labarai, kafofin watsa labarai suna da ikon yaɗa gaskiya ko kuma faɗaɗa yaudara.

Masu imani suna addu'a cewa gaskiya, mutunci, da hikima za su shiryar da waɗanda ke sadarwa da jama'a.

6. Dutsen Fasaha da Al'adu

Fasaha da al'adu suna tasiri ga tunani, kirkire-kirkire, da kuma bayyana motsin zuciyar al'umma.

Kiɗa, fim, adabi, zane-zane, da nishaɗi suna tsara yadda mutane ke ganin kyau, ɗabi'a, asali, da ma'ana.

A cikin Littafi Mai Tsarki, sau da yawa ana amfani da kerawa don ɗaukaka Allah, tun daga ginin haikali har zuwa waƙoƙin bauta da aka rubuta a cikin Zabura.

Masu roƙo suna addu'a cewa za a yi amfani da kerawa da tasirin al'adu don nuna gaskiya, kyau, da bege.

7. Dutsen Kasuwanci da Tattalin Arziki

Tsarin kasuwanci da tattalin arziki suna tantance yadda ake samar da albarkatu, rarraba su, da kuma sarrafa su.

Idan tsarin tattalin arziki ya yi aiki da gaskiya, al'ummomi suna bunƙasa kuma damammaki suna ƙaruwa. Lokacin da cin hanci da rashawa suka mamaye tsarin tattalin arziki, rashin daidaito da cin zarafi galibi suna biyo baya.

Littafi Mai Tsarki yana tunatar da masu bi cewa Allah shine tushen hikima don wadata da shugabanci.

Masu yin addu'a suna addu'ar shugabannin kasuwanci su yi aiki da gaskiya, adalci, da kuma jin nauyin da ke kansu ga al'umma.

Me Ya Sa Addu'a Ga Duwatsu Bakwai Take Da Muhimmanci?

Manufar yin addu'a ga waɗannan duwatsu ba shine mamaye ko iko ba. Manufar ita ce sauyi.

Idan adalci ya yi tasiri ga tsarin da ke tsara al'umma, mutane za su sami ƙarin adalci, dama, zaman lafiya, da kuma fahimtar ɗabi'a.

Yesu ya koya wa mabiyansa yin addu'a:

"Mulkinka ya zo . A yi nufinka a duniya kamar yadda ake yi a sama."
(Matta 6:10)

Ta hanyar addu'a, masu bi suna tarayya da manufofin Allah ga duniya.

Ceto ya zama hanyar gayyatar hikima da mulkin Allah zuwa kowane fanni na tasirin ɗan adam.

Yayin da kake addu'a a cikin kwanaki arba'in masu zuwa, za ka tsaya a cikin wannan gibi ba wai kawai ga mutane ba, har ma ga **tsarin da ke tsara al'ummomi da tsararraki** .

Yadda Ake Amfani da Wannan Jagorar Addu'a

An tsara wannan jagorar addu'a a matsayin **tsarin ceto mai tsari** don taimaka wa masu bi su yi addu'a mai mahimmanci ga Ikilisiya, shugabanni, da al'ummai.

Ana iya amfani da shi **da kanka, a cikin ƙungiyoyin addu'a, ko kuma ta hanyar dukkan al'ummomin coci** waɗanda suka ji ana kira su tsaya a cikin gibin saboda al'ummomi.

An tsara jagorar a manyan sassa uku:

1. **Sanarwa Kan Buɗewa da Rufe Tashar (Sashe 10)**
2. **Kwanaki 40 na Addu'o'i Masu Mahimmanci da suka ƙunshi Addu'o'i 320**
3. **Agogon Addu'a Takwas a Kullum – Maki 320 na Addu'a**

Kowace sashe tana da takamaiman manufa wajen shirya mai roƙo don yin addu'a da iko, daidaito, da kuma rufin ruhaniya.

1. Sanarwa game da Buɗewa da Rufe Tashar

Kafin fara addu'o'in yau da kullum, littafin ya bayar da **addu'o'i goma na ƙarfafa annabci** masu taken:

Ikon Atomic na Kalmomin Addu'a (Sashe na 1–10).

Waɗannan sanarwar suna da amfani da dalilai da dama:

• Kafa ikon ruhaniya a cikin Almasihu
• Buɗe hanyoyin addu'a a cikin duniyar ruhaniya • Karya juriya da tsangwama daga aljanu • Saki sanarwar annabci game

da mai roƙo da yankin
• Rufe yanayin addu'ar kafin a fara roƙo

Ana iya yin addu'ar waɗannan shedu ta hanyoyi biyu:

Zabi na 1 — Kunna Addu'ar Tsakar dare

Ku yi addu'a tare da dukkan **sassa goma, farawa daga tsakar dare** , kuna buɗe agogon addu'a na ranar.

Wannan yana kafa ikon ruhaniya kuma yana shirya yanayi don addu'ar ranar.

Zabi na 2 — Agogon Addu'a na Awa Biyu

Yi addu'a **kashi ɗaya a kowace awa biyu** , yana rufe agogon ruhaniya na yini.

Misalin jadawalin:

12:00 AM – Buɗe Tashar / Kashi na 1
2:00 AM – Kashi na 24:00 AM – Kashi na 36:00 AM – Kashi na 48:00 AM – Kashi na 510:00 AM – Kashi na 612:00 PM – Kashi na 72:00 PM – Kashi na 84:00 PM – Kashi na 96:00 PM – Kashi na 10 (Sanarwar Rufewa)

Wannan tsari yana taimakawa wajen kiyaye **ci gaba da rufe addu'a** .

2. Kallon Addu'a na Kwanaki 40

Babban jigon wannan jagorar shine **tsawon kwanaki 40 na addu'a mai mahimmanci** da ake yi kowace shekara daga:

Daga Maris 17 zuwa Afrilu 25

A cikin waɗannan kwanaki arba'in, ana ƙarfafa masu bi su yi azumi da addu'a kamar yadda Ubangiji ke jagoranta.

Kowace rana ta haɗa da:

• **Addu'o'i takwas masu mahimmanci**
• **Nassosi guda biyu masu tushe**
• **Addu'o'in da aka yi niyya ga tsaunuka bakwai masu tasiri**

A cikin kwanaki arba'in, mai addu'a zai yi addu'o'i **320 na addu'o'i masu mahimmanci** .

Waɗannan addu'o'in suna magana ne game da yanayin ruhaniya da ke shafar:

* Tsarin da ƙungiyoyin addini ko na coci
* Kafafen Yaɗa Labarai da Nishaɗi
* Kasuwanci da Tattalin Arziki
• Iyalai • Ƙasashe • Shugabanni • Tsarin al'adu

3. Agogon Addu'o'i Takwas na Kullum

An tsara addu'o'in ne a kusa da **agogo takwas na yini** , wanda ke wakiltar ci gaba da kasancewa a faɗake na ruhaniya.

Ana lura da waɗannan agogon a lokuta masu zuwa:

6:00 AM
9:00 AM12:00 PM3:00 PM6:00 PM9:00 PM12:00 AM 3:00 AM

Ana iya yin addu'a ga kowace wurin addu'a a lokacin ɗaya daga cikin waɗannan agogon.

Wannan tsari yana bawa masu imani damar ci gaba da kiyaye **addu'o'i akai-akai a duk tsawon yini** .

4. Yin Addu'a Daidaiku ko a matsayin Kungiya

Ana iya amfani da wannan jagorar ta hanyoyi da dama:

Addu'ar Mutum ɗaya

Mutum mai bi zai iya yin addu'a ta hanyar jagora yayin ibada da azumi.

Kungiyoyin Addu'a

Kananan ƙungiyoyi na iya raba agogon addu'a tsakanin mahalarta, don tabbatar da ci gaba da rufe addu'o'in.

Addu'ar Coci

Coci-coci na iya amfani da jagorar a lokacin lokutan azumin kamfanoni ko tarurrukan addu'a.

5. Yin Addu'a Da Tsammani

Yayin da kake addu'a ta wadannan shafuka, ka tuna cewa addu'a ba wai kawai karanta kalmomi ba ce.

ce **a gaban Allah a madadin wasu** .

Yi addu'a tare da:

• Imani da alkawuran Allah
• Sanin jagorancin Ruhu Mai Tsarki • Fatan cewa Allah zai shiga tsakani a cikin al'amuran al'ummai.

Gayyatar da aka fara wannan aikin har yanzu tana nan a yau:

Tsaya a cikin rata.

Kuma ta hanyar addu'a mai aminci, a yi nufin Allah **a duniya kamar yadda yake a sama.**

Kira ga Masu Tsaron Al'ummai

A cikin tarihin mutanen Allah, Ubangiji ya ta da maza da mata waɗanda suka tsaya a gabansa a madadin wasu. Waɗannan mutane ba koyaushe suke sarakuna, annabawa, ko shugabannin jama'a ba. Mutane da yawa sun kasance masu imani na yau da kullun waɗanda ke ɗaukar nauyi mai ban mamaki don yin addu'a.

Sun zama **masu tsaro** .

Mai tsaro yana tsaye a faɗake yayin da wasu ke barci. Mai tsaro yana ganin haɗari kafin ya iso. Mai tsaro yana kuka ga Allah don jinƙai, kariya, da kuma taimakon Allah.

Ubangiji ya yi magana ta bakin annabi Ezekiel:

"Na nemi mutum a cikinsu, wanda zai gina shinge, ya tsaya a wurin da aka yi shingen a gabana domin ƙasar."
—Ezekiel 22:30

Allah har yanzu yana neman irin waɗannan mutane a yau.

Yana neman waɗanda za su yi addu'a ba kawai don buƙatunsu ba, har ma don makomar Cocin, makomar al'ummai, da kuma yanayin ruhaniya na al'ummomi.

Wannan jagorar addu'a gayyata ce ta zama ɗaya daga cikin waɗannan masu gadi.

Kana iya yin addu'a kai kaɗai a cikin ɗaki mai natsuwa, a cikin ƙungiyar addu'a tare da abokai, ko kuma a cikin al'ummar coci. Ko ina kake, idan ka yi addu'a da bangaskiya da biyayya, kana shiga cikin aikin fansar Allah a duniya.

Ta hanyar addu'a:

Zukata sun yi laushi.
Karfinsu ya karye. Shugabanni suna samun rinjaye ta hanyar hikimar Allah. Kuma manufofin Allah suna ci gaba a cikin al'ummai.

Wannan aikin wani ɓangare ne na ƙaruwar masu imani a faɗin duniya waɗanda suka sadaukar da kansu ga tsayawa a cikin wannan gibin yayin **addu'o'i na kwanaki 40 daga 17 ga Maris zuwa 25 ga Afrilu kowace shekara** .

Masu roƙo a ƙasashe da yawa suna haɗuwa da wani nauyi na haɗin gwiwa—su yi wa Ikilisiya addu'a, shugabanni, da kuma sauyin Duwatsu Bakwai na Tasiri.

Tare, wannan al'umma mai tasowa ta mayaƙan addu'a tana neman tattara **miliyoyin masu roƙo a duk duniya** waɗanda za su ɗaga muryoyinsu a gaban Allah game da makomar al'ummai.

Ana gayyatarka ka zama wani ɓangare na wannan kamfanin.

Yayin da ka fara yin addu'a ta wannan jagorar, ka tuna cewa addu'a ba kawai aikin ibada ba ne ko na addini. Addu'a haɗin gwiwa ce mai tsarki da Allah.

Ruhu Mai Tsarki yana addu'a ta wurinmu.
Yesu yana roƙonmu. Kuma Uba yana jin kukan mutanensa.

Ku yi addu'o'in nan da tawali'u, bangaskiya, da kuma tsammani.

Ubangiji Allah Ya ƙarfafa ruhinka, Ya ƙara wa basirarka, Ya kuma ba ka ikon tsayawa da aminci a cikin wannan gibin.

Kiran ya kasance iri ɗaya a yau kamar yadda yake koyaushe:

Ka yi kallo ka yi addu'a.

Kuma ta hanyar addu'a mai aminci, a yi nufin Allah **a duniya kamar yadda yake a sama.**

Shiga Kariyar Kwanaki Arba'in Shirya Zuciya Don Roƙo

Agogon addu'a na tsawon kwanaki arba'in ya fi motsa jiki na ruhaniya. Gayyata ce ta kusantar Allah da kuma shiga cikin manufofinsa ga Ikilisiya da al'ummai.

A cikin Littafi Mai Tsarki, lokutan azumi da addu'a sau da yawa suna gabatowa lokutan ci gaba na ruhaniya, maidowa, da kuma alkiblar Allah. Waɗannan lokutan lokaci ne da mutanen Allah suka ƙasƙantar da kansu, suka nemi fuskarsa, suka kuma daidaita zukatansu da nufinsa.

Yayin da kake shirin shiga wannan agogon na tsawon kwanaki arba'in, yana da muhimmanci ka kusanci wannan karon da yanayin zuciyarka mai kyau.

Lokaci na Tawali'u

Ceto na gaskiya yana farawa da tawali'u.

Kafin a yi wa al'ummai, shugabanni, da al'ummomi addu'a, dole ne masu bi su fara sanya kansu a gaban Allah da gaskiya da kuma budewa.

Ubangiji ya bayyana:

"Idan mutanena waɗanda ake kira da sunana za su ƙasƙantar da kansu, su yi addu'a, su nemi fuskata, su juyo daga mugayen ayyukansu, to, zan ji daga sama, in gafarta musu zunubansu, in warkar da ƙasarsu."
(2 Labarbaru 7:14)

Tawali'u yana bawa Ruhu Mai Tsarki damar bincika zukatanmu ya kuma kawar da duk wani abu da zai iya kawo cikas ga zumuncinmu da Allah.

A wannan lokacin, ka roƙi Ubangiji ya tsarkake zuciyarka ya kuma sabunta ibadarka gare Shi.

Lokacin Tuba

Addu'a sau da yawa tana farawa da tuba.

Daniyel ya nuna haka lokacin da ya yi addu'a don dawo da Isra'ila. Maimakon ya nisanta kansa daga gazawar al'ummarsa, ya furta zunubansu a gaban Ubangiji.

"Mun yi zunubi mun kuma aikata mugunta."
(Daniyel 9:5)

Tuba tana shirya zuciya don kusantar Allah da gaskiya da girmamawa.

Yayin da kake fara wannan agogon kwana arba'in, ɗauki lokaci ka roƙi Ubangiji gafara, sabuntawa, da kuma fahimtar ruhaniya.

Lokacin Daidaitawa

Addu'a ba wai kawai game da gabatar da roƙo ga Allah ba ne, har ma game da daidaita zukatanmu da manufofinsa.

Yesu ya koya wa almajiransa yin addu'a:

"Mulkinka ya zo . A yi nufinka a duniya kamar yadda ake yi a sama."
(Matta 6:10)

A wannan lokacin addu'a, roƙi Ubangiji ya daidaita tunaninka, sha'awarka, da abubuwan da suka fi muhimmanci da nufinsa.

Ka bar Ruhu Mai Tsarki ya tsara addu'o'inka bisa ga manufofin Allah ga Ikilisiya da al'ummai.

Lokaci na Haɗin kai

Addu'a tana da ƙarfi musamman lokacin da masu bi suka yi addu'a tare cikin haɗin kai.

Cocin farko ta fuskanci manyan nasarori domin sun yi addu'a da zuciya ɗaya da manufa ɗaya.

Ayyukan Manzanni 12:5 sun rubuta:

"An tsare Bitrus a kurkuku, amma cocin ta yi masa addu'a akai-akai ga Allah."

Ta hanyar addu'a ɗaya, Allah ya saki shiga tsakani na allahntaka.

Yayin da mutane, ƙungiyoyin addu'a, da majami'u ke shiga cikin wannan agogon kwana arba'in, bari Ruhun Allah ya ƙirƙiri ƙarin fahimtar haɗin kai tsakanin masu bi.

Lokacin Tsammani

Addu'a ba aikin yanke kauna ba ne, amma nuna bangaskiya ce.

Idan masu bi suka yi addu'a, suna amsa gayyatar Allah ne wanda ke ji kuma yana amsa addu'o'i.

Irmiya 33:3 ya furta:

"Kira gare ni, zan amsa maka, in nuna maka manyan abubuwa masu girma da ban mamaki wadanda ba ka sani ba."

Shiga wannan agogon kwana arba'in da tsammaninka.

Ka yi tsammanin Allah zai motsa a cikin zukata.

Yi tsammanin haɗuwa ta allahntaka.

Yi tsammanin gyarawa, alkibla, da kuma sauyi.

Aiki Mai Tsarki

Tsawon shekaru ashirin, wannan lokacin addu'a—daga Maris 17 zuwa Afrilu 25—an yi shi a matsayin lokacin addu'a ga Ikilisiya da kuma al'ummai.

Abin da ya fara a matsayin kiran addu'a na kai yanzu ya zama gayyata ga masu bi a ko'ina su shiga cikin wannan aiki mai tsarki.

Yayin da ka fara wannan tafiya, ka tuna cewa addu'o'inka suna da muhimmanci.

Allah yana ci gaba da neman waɗanda za su tsaya a cikin wannan gibin.

Bari wannan agogon kwana arba'in ya zurfafa dangantakarka da Allah, ya ƙarfafa nauyinka na roƙo, ya kuma saki manufofinsa a duniya.

Yanzu, bari mu fara kallon.

Littattafai Masu Tushe don Tsaron Kwanaki Arba'in

Kowace lokacin roko dole ne ta kasance cikin Kalmar Allah. Addu'a tana samun iko idan ta yi daidai da alkawura, manufofi, da halayen Allah da aka bayyana a cikin Littafi Mai Tsarki.

Nassoshi masu zuwa sune tushen Littafi Mai Tsarki na wannan agogon addu'a na kwanaki arba'in. Waɗannan nassosi suna tunatar da mu dalilin da yasa muke addu'a, yadda muke addu'a, da kuma abin da muke yi imani da cewa Allah yana son ya cika a duniya.

Yayin da kake tafiya cikin kwanakin azumi da addu'a, ka koma ga waɗannan nassoshi akai-akai ka bar su su ƙarfafa bangaskiyarka da kuma jagorantar addu'o'inka.

Kiran Tsayawa Cikin Tazara
Ezekiyel 22:30
"Na nemi mutum a cikinsu wanda zai gina ganuwa, ya tsaya a cikin ramin a gabana domin kada in rushe ta."
Allah yana ci gaba da neman waɗanda za su tsaya a gabansa a madadin ƙasar.

Nauyin Mai Tsaron
Ezekiyel 3:18–19

"Idan na ce wa mugu, 'Lallai za ka mutu,' ba ka yi masa gargaɗi ba... zan nemi jininsa daga hannunka. Amma idan ka yi wa mugu gargaɗi... ka ceci ranka."
Addu'a tana ɗauke da nauyin kula da ruhaniya.

Gidan Allah a Matsayin Gidan Addu'a
Matiyu 21:13
"Za a kira gidana gidan addu'a."
Ishaya 56:7
"Za a kira gidana gidan addu'a ga dukkan al'ummai."
Burin Allah shi ne mutanensa su zama al'umma mai addu'a wadda za ta maraba da al'ummai a gabansa.

Kira zuwa ga Addu'a Mai Dorewa
Luka 18:1
"Ya kamata maza su yi addu'a koyaushe ba tare da sun karaya ba."
Matiyu 26:41
"Ku yi tsaro ku yi addu'a, kada ku faɗa cikin jaraba."
Addu'a tana buƙatar dagewa, taka tsantsan, da kuma lura ta ruhaniya.

Taimakon Ruhu Mai Tsarki a Cikin Ceto
Romawa 8:26
"Ruhu kuma yana taimakon rauninmu... Ruhu da kansa yana yi mana roƙo da nishi waɗanda ba za a iya furtawa ba."
Romawa 8:34
"Kristi... yana hannun dama na Allah, shi ma yana roƙonmu."
Ana ba da ikon roƙo ta wurin Ruhu Mai Tsarki da ke cikinmu da kuma ta wurin Almasihu wanda ke yin roƙo dominmu a gaban Uba.

Karfin Zuciya a Addu'a da Hidima
Ayyukan Manzanni 4:29–30
"Ka ba bayinka ikon faɗin maganarka da ƙarfin hali... domin a yi alamu da abubuwan al'ajabi ta wurin sunan Bawanka mai tsarki Yesu."
Cocin farko ta yi addu'a da ƙarfin hali da tsammani.

Ikon Addu'ar Kamfanoni
Ayyukan Manzanni 12:5
"An tsare Bitrus a kurkuku, amma cocin ta yi masa addu'a akai-akai ga Allah."
Ceto na kamfanoni ya saki shiga tsakani na allahntaka.

Jiran Allah cikin Addu'a
Luka 6:12
"Ya fita zuwa dutse domin yin addu'a, ya kuma ci gaba da addu'a ga Allah duk dare."
Zabura 37:7
"Ka huta cikin Ubangiji, ka jira shi da hakuri."
Ceto na gaskiya sau da yawa yana bukatar jira ga Allah.

Tuba da Maido da Kasa
Daniyel 9:3–4
"Na mai da hankalina ga Ubangiji Allah domin in yi roko ta wurin addu'a da roko, da azumi."
2 Labarbaru 7:14
"Idan mutanena wadanda ake kira da sunana za su kaskantar da kansu, su yi addu'a... to, zan ji daga sama in warkar da kasarsu."
Sau da yawa maido da kasa yana farawa da tuba da addu'a.

Yakin Ruhaniya
Afisawa 6:18
"Kuna addu'a koyaushe da dukkan addu'o'i da roko cikin Ruhu."
Addu'a tana daya daga cikin manyan makamai a yakin ruhaniya.

Addu'a ga Shugabanni da Al'ummai
Romawa 15:30–31
"Ku yi kokari tare da ni cikin addu'o'i ga Allah domina."
2 Tasalonikawa 3:1

"Ku yi mana addu'a, domin maganar Ubangiji ta yi gudu da sauri ta kuma sami ɗaukaka."
Littafi Mai Tsarki ya yi kira ga masu bi da su yi wa shugabanni addu'a da kuma ci gaban bishara.

Addu'ar Mulkin Allah Ta Zo
Matiyu 6:10
"Mulkinka ya zo . A yi nufinka a duniya kamar yadda ake yi a sama."
Wannan addu'a ta kasance babbar kukan ceto ga kowace tsara.

Alkawarin Allah na Maidowa
Irmiya 31:11–12
"Ubangiji ya fanshi Yakubu ya fanshi shi."
Nufin Allah a ƙarshe yana kai ga fansa da kuma maidowa.

Ikon Allah Kan Al'ummai
Ishaya 9:6–7
"Game da ƙaruwar gwamnatinsa da zaman lafiya ba za ta ƙare ba."
Kristi yana mulki bisa al'ummai, kuma Mulkinsa yana ci gaba da faɗaɗawa.

Nasarar Masu Adalci
Zabura 92:8
"Amma kai, Ya Ubangiji, kana sama har abada."
Nasara ta ƙarshe ta Allah ce.

Kira Don Yin Addu'a
Daga Ibrahim yana roƙon birane, zuwa Musa wanda ke tsaye domin Isra'ila, zuwa ga Daniyel yana addu'ar dawowa, zuwa ga Yesu da Ruhu Mai Tsarki yana roƙon masu bi, Littafi Mai Tsarki yana bayyana ikon addu'a akai-akai.
Waɗannan kwanaki arba'in na addu'a suna ci gaba da wannan al'adar Littafi Mai Tsarki.

Bari waɗannan nassosi su ƙarfafa bangaskiyarku yayin da kuke shiga wannan sa idon addu'a ga Ikilisiya, ga shugabanni, da kuma ga al'ummai.

Addu'ar Yaƙi Mai Dabara ta Kwanaki 40

Rana ta 1 - Ɗaga Bagadin Ceto

Nassosi: Ezekiel 22:30; Luka 18:1

Ezekiyel 22:30
Sabon Juyin Sarki James (NKJV)
"Na nemi mutum a cikinsu wanda zai gina ganuwa, ya tsaya a cikin ramin a gabana saboda ƙasar, domin kada in rushe ta; amma ban sami kowa ba."

Saƙon (MSG)
"Na nemi wanda zai tsaya mini a kan duk wannan, ya gyara tsaron birnin, ya tsaya a madadina ya tsaya a cikin wannan ramin don kare wannan ƙasa don kada in lalata ta.
Ban sami kowa ba."

Luka 18:1
Sabon Juyin Sarki James (NKJV)
"Sai ya ba su misali, cewa ya kamata mutane su yi addu'a koyaushe, kada su karaya."

Saƙon (MSG)
"Yesu ya ba su labari wanda ya nuna cewa ya zama dole su yi addu'a akai-akai kuma kada su daina."

6 na safe Baba, ka ɗauke ni a matsayin wanda zai tsaya a cikin wannan gibin, ya gyara ɓarayi, kuma ya ƙi rashin son ruhaniya a wannan lokacin azumi.

Karfe 9 na safe Ina keɓe ruhuna, raina, da jikina ga hidimar addu'a mai tsaro; bari a kawar da kowace bagadin shagala.

Karfe 12 na rana Bari wutar addu'a ta sake kunna kan Cocinku har sai addu'a ta daina zama shiri kuma ta zama wurin zama.

Karfe 3 na yamma Ina karya yarjejeniya da barci, rashin kulawa, da jinkiri; Ina samun ƙarfin yin addu'a har sai sama ta amsa.

6 na yamma Ya Ubangiji, ka sanya rayuwata ta zama gidan turare, ƙofar shiga, da kuma bagadi na halal inda ake aiwatar da manufofinka.

9 na dare Duk wani rikici a cikin iyalina, cocina, birni, da ƙasata, Allah ya gyara ni da rahamarSa yayin da nake tsaye a gaban Ubangiji.

12 na safe Ina ba da umarni cewa wannan azumin ba zai zama al'ada ba tare da iko ba; zai haifar da motsi a cikin ruhu da kuma bayyana a cikin ƙasa.

3 na safe Ya Allah, ka sami mai roƙo a cikina, ka bar muryata ta yi nasara a gabanka domin gyarawa, farkawa, da kuma ceto.

Rana ta 2 - Kulawa da Nauyin Rayuka

Nassosi: Ezekiel 3:18-21; Matiyu 26:41

Ezekiyel 3:18–21
Sabon Juyin Sarki James (NKJV)
"Idan na ce wa mugu, 'Lallai za ka mutu,' ba ka kuma yi masa gargaɗi ba, ba ka kuma yi masa magana don ka yi wa mugu gargaɗi daga mugun tafarkinsa, domin ya ceci ransa ba, wannan mugu zai mutu cikin muguntarsa; amma zan nemi jininsa daga hannunka.
Amma idan ka yi wa mugu gargaɗi, bai kuma juyo daga muguntarsa ba, ko kuma daga muguwar hanyarsa, zai mutu cikin muguntarsa; amma ka ceci ranka.
Sa'an nan kuma, idan adali ya juya daga adalcinsa ya aikata mugunta, ni kuma na sanya masa abin tuntuɓe, zai mutu; domin ba ka yi masa gargaɗi ba, zai mutu cikin zunubinsa, ba za a tuna da adalcinsa da ya yi ba; amma zan nemi jininsa daga hannunka.
Amma idan ka gargaɗi adali kada adali ya yi zunubi, bai kuwa yi zunubi ba, zai rayu domin ya ji gargaɗi, kai ma za ka ceci ranka."

Saƙon (MSG)
"Idan na yi wa miyagu gargaɗi, 'Kana kan hanyar mutuwa!' kuma ba ka yi magana ba ka yi masa gargaɗi ya canza halayensa, mugun zai mutu ba tare da an sanar da shi ba cikin zunubinsa, kuma zan ɗora maka alhakinsa."
Amma idan ka yi wa mugu gargaɗi ya ƙi canza halayensa, zai mutu cikin zunubinsa, amma kai ne ka ceci ranka.
Kuma idan mutum nagari ya kauce daga nagarta ya yi kuskure, ni kuma na sanya masa shinge a hanya ya mutu, kai ne ke da alhakin idan ba ka yi masa gargaɗi ba. Zai mutu saboda

zunubinsa kuma alherin da ya yi a baya ba zai yi amfani ba—kuma zan ɗora maka alhakin.
Amma idan ka yi wa mutumin kirki gargaɗi kada ya yi zunubi, kuma ya saurara bai yi zunubi ba, zai rayu domin ya ɗauki gargaɗinka da muhimmanci—kuma za ka ceci ranka."

Matiyu 26:41
Sabon Juyin Sarki James (NKJV)
"Ku yi tsaro ku yi addu'a, kada ku shiga jaraba. Ruhu yana so, amma jiki rarrauna ne."

Saƙon (MSG)
"Ku yi tsaro; ku yi addu'a domin kada ku shiga cikin jaraba ba tare da sanin cewa kuna cikin haɗari ba. Akwai wani ɓangare naku wanda yake da himma, a shirye yake don komai a cikin Allah, amma akwai wani ɓangare kuma wanda yake da kasala kamar tsohon kare da ke barci kusa da wuta."

6 na safe Baba, ka sanya ni mai tsaro mai aminci wanda ba zai yi shiru ba lokacin da ƙaddara, iyalai, da al'ummai ke rataye a kan ma'auni.

Karfe 9 na safe Ina ƙin sakaci a wurin addu'a; Ina samun fahimta don ganin haɗari kafin ya bayyana.

12pm Bari nauyin da ke kan waɗanda suka ɓace, waɗanda suka koma baya, da waɗanda suka ji rauni a ruhaniya su hau kaina da nauyi mai tsarki.

3 na yamma kowace ruhin rashin addu'a da aka sanya don raunana agogona, ku rasa riƙonku ku kuma yi biyayya ga ikon Yesu Kiristi.

6 na yamma Na yi umarni cewa idanuna su buɗe, kunnena zai horar, kuma ruhuna zai kasance mai lura da gargaɗin Allah.

9 na dare Ubangiji, ka sa Cocinka ta kasance mai taka tsantsan game da sulhu, ruɗani, da kuma shigar shaidan cikin wannan lokaci.

Karfe 12 na safe Ina tsaye a kan kowace irin duhu da aka yi wa waliyai, kuma ina kiran katsewar allahntaka akan makircin ɓoyayyun.

3 na safe Ya Uba, bari wannan azumin ya kaifafa min rigar mai gadi har sai na yi addu'a da daidaito, iko, da juriya mai rinjaye.

Rana ta 3 - An Gyara Gidan Addu'a

Nassosi: Matiyu 21:13; Ishaya 56:7

Matiyu 21:13
Sabon Juyin Sarki James (NKJV)
"Ya ce musu,
'An rubuta, Za a kira *gidana gidan addu'a,* amma kun maishe shi kogon ɓarayi.'"

Saƙon (MSG)
Ya ce, "Akwai Nassi da ke cewa,
Za a kira gidana gidan addu'a.
Kun mai da shi wurin zama na ɓarayi."

Ishaya 56:7
Sabon Juyin Sarki James (NKJV)
"Zan kawo su har zuwa tsattsarkan dutsena,
in sa su yi farin ciki a cikin gidana na addu'a. Za a karɓi hadayun ƙonawa da hadayunsu a kan bagadina; Gama za a kira gidana gidan addu'a ga dukkan al'ummai."

Saƙon (MSG)
"Zan kawo su zuwa tsattsarkan dutsena
in kuma ba su farin ciki a cikin gidana na addu'a. Za su kasance maraba da yin sujada—kamar waɗanda ke cikin gida, don su kawo hadayu na ƙonawa da hadayu zuwa bagadina."
Za a san gidan ibadata a matsayin
gidan addu'a ga dukkan al'ummai ."

6am Ya Ubangiji, ka tsarkake gidanka ka kuma kawar da kowace ƙazanta da ke yaƙi da addu'a ta gaskiya, tsarki, da iko.

9 na safe Bari a kori duk wani ɓarawon sha'awar ruhaniya daga rayuwata, gidana, da kuma Ikilisiya cikin sunan Yesu.

12 na rana Na yi umarni cewa bagadin addu'a zai tashi a kowace ikilisiya, hidima, da gida da Allah ya nada.

3pm Duk wani ruhin ciniki da ke lalata ibada kuma yana ɓatar da abubuwa masu tsarki, za a hukunta shi da wutar Allah.

6pm Uba, dawo da girmamawa, karyewa, da tsoron Ubangiji a cikin wurin tsarkakewar mutanenka.

9 na dare Bari ɗakunan addu'a, mumbari, da gidaje su zama ƙofofin ɗaukaka inda Almasihu yake kan gadon sarauta kuma ana ƙasƙantar da jiki.

12 na safe Ina kira ga tsararraki da ke son kasancewarka fiye da wasan kwaikwayo da kuma muryarka fiye da tafi.

3 na safe Ya Ubangiji, ka sanya Ikilisiyarka gidan addu'a ga dukkan al'ummai, kuma ka bar farfaɗowa ta fito daga bagadin.

Rana ta 4 - Nishi da Ya Yi Nasara

Nassosi: Romawa 8:26,34; Luka 6:12

Romawa 8:26
Sabon Juyin Sarki James (NKJV)
" Haka nan kuma Ruhu yana taimaka mana a cikin rauninmu. Domin ba mu san abin da ya kamata mu yi addu'a a kansa ba, amma Ruhu da kansa yana roƙonmu da nishi waɗanda ba za a iya furtawa ba."

Saƙon (MSG)
"A halin yanzu, da zarar mun gaji da jira, Ruhun Allah yana tare da taimaka mana. Idan ba mu san yadda ko abin da za mu yi addu'a ba, ba kome. Yana yi mana addu'a a ciki da kuma a gare mu, yana yin addu'a daga nishinmu mara magana, da nishinmu mai zafi."

Romawa 8:34
Sabon Juyin Sarki James (NKJV)
"Wane ne wanda zai yi hukunci? Almasihu ne wanda ya mutu, kuma an tashe shi, wanda yake a hannun dama na Allah, shi ne kuma yake roƙonmu."

Saƙon (MSG)
31-39 To, me kuke tunani? Da yake Allah yana tare da mu haka, ta yaya za mu yi rashin nasara? Idan Allah bai yi jinkirin sanya komai a kan hanya ba, ya rungumi yanayinmu kuma ya fallasa kansa ga mafi munin yanayi ta hanyar aiko da Ɗansa, akwai wani abu da ba zai yi mana da farin ciki da yardar rai ba? Kuma wa zai yi ƙarfin halin yin jayayya da Allah ta hanyar yin rikici da ɗaya daga cikin zaɓaɓɓun Allah? Wa zai yi ƙarfin halin nuna yatsa? Wanda ya mutu dominmu—wanda aka tashe shi daga matattu dominmu !— yana gaban Allah a wannan lokacin yana tsaye a madadinmu. Shin kuna

tsammanin wani zai iya kawo matsala tsakaninmu da ƙaunar Kristi a gare mu? Babu wata hanya! Ba matsala, ba lokaci mai wahala ba, ba ƙiyayya, ba yunwa, ba rashin matsuguni ba, ba barazanar cin zarafi ba, ba a yi masa bulala ba, har ma da mafi munin zunubai da aka lissafa a cikin Nassosi:

Suna kashe mu cikin rashin tausayi saboda suna ƙin ku.
Muna zaune a kan barewa; suna kama mu ɗaya bayan ɗaya.

Babu ɗaya daga cikin waɗannan da ke burge mu domin Yesu yana ƙaunarmu. Na tabbata cewa babu wani abu—babu wani abu mai rai ko matacce, mala'iku ko aljanu, yau ko gobe, babba ko ƙarami, abin tunani ko tunani— *babu abin* da zai iya shiga tsakaninmu da ƙaunar Allah saboda yadda Yesu Ubangijinmu ya rungume mu.

6 na safe Ruhu Mai Tsarki, ka taimaki rashin lafiyara ka kuma koya mini yin addu'a fiye da iyakacin ɗan adam, gajiyar motsin rai, da raunin hankali.

9 na safe Bari addu'ar Almasihu ta ƙarfafa roƙona har sai addu'ata ta yi daidai da nufin Allah.

12 na rana Ina samun alherin ci gaba da addu'a har sai an kammala ayyukan ibada cikin ruhu.

Karfe 3 na yamma kowace ƙarar makiyi game da rayuwata ta addu'a ta soke ta hanyar addu'ar Yesu a hannun dama na Allah.

6 na yamma Ubangiji, ka fassara nishina, hawayena, da nishina zuwa ceto mai tasiri a gaban kursiyinka.

9 na dare Ina ƙin addu'a mara zurfi; Ina shiga cikin zurfin wahala inda masarautu ke canzawa kuma ana sakin fursunoni.

12 na safe Bari kowace amsa da ke ƙin ƙofa ta rufe ta fara amsawa yayin da Ruhu ke yin roƙo ta wurina.

3 na safe Baba, ka koya mini asirin addu'a har sai na ɗauki nauyin sama da harshen sama.

Rana ta 5 - Karfin hali a ƙarƙashin Matsi

Nassosi: Ayyukan Manzanni 4:29-30; 2 Tasalonikawa 3:1-2

Ayyukan Manzanni 4:29–30
Sabon Juyin Sarki James (NKJV)
"Yanzu, ya Ubangiji, ka dubi barazanarsu, ka kuma ba bayinka ikon faɗin maganarka da ƙarfin hali,
ta wurin miƙa hannunka domin warkarwa, kuma a yi alamu da abubuwan al'ajabi ta wurin sunan bawanka mai tsarki Yesu."

Saƙon (MSG)
Ayyukan Manzanni 4:29–31 (Abubuwan da ke cikin bayanin)
"Yanzu kuma sun sake yin hakan! Ka kula da barazanarsu, ka ba bayinka ƙarfin gwiwa cikin wa'azin saƙonka,
yayin da kake miƙa mana hannunka cikin warkarwa da mu'ujizai da abubuwan al'ajabi da aka yi cikin sunan bawanka mai tsarki Yesu."
Yayin da suke addu'a, wurin da suka taru ya yi rawa ya kuma girgiza. Duk suka cika da Ruhu Mai Tsarki suka ci gaba da faɗin Kalmar Allah da ƙarfin hali.

2 Tasalonikawa 3:1–2
Sabon Juyin Sarki James (NKJV)
"A ƙarshe, 'yan'uwa, ku yi mana addu'a, domin maganar Ubangiji ta yi gudu da sauri ta kuma sami ɗaukaka, kamar yadda take a gare ku,
domin kuma a cece mu daga miyagun mutane marasa hankali da mugaye; gama ba duka ne ke da bangaskiya ba."

Saƙon (MSG)
2 Tasalonikawa 3:1–3 (Abubuwan da ke cikin fahimtarmu)

"Abu ɗaya kuma, abokai: Ku yi mana addu'a. Ku yi addu'a cewa Kalmar Jagora za ta tashi ta yi ta yawo a cikin ƙasar zuwa ga wani wuri mai kyau, kamar yadda ta yi a tsakaninku. Kuma kù yi addu'a a cece mu daga waɗannan miyagun mutane waɗanda ke ƙoƙarin yi mana. Ba kowa ne ke da ikon yin haka ba."
Amma Ubangiji ba ya taɓa ba mu kunya. Zai tsaya tare da ku ya kuma kare ku daga mugunta.

6am Ya Ubangiji, ka ga barazanar maƙiyi ka ba bayinka ƙarfin hali su yi magana, su yi addu'a, su kuma yi aiki ba tare da tsoro ba.

Karfe 9 na safe na ba da umarnin cewa tsoratarwa ba za ta sa ni shiru ba, kuma adawa ba za ta rage ni ba.

12pm Ka miƙa hannunka domin warkarwa, isarwa, da kuma tabbatar da maganarka da alamu da ke ɗaukaka Yesu Kiristi.

3 na yamma Bari maganar Ubangiji ta yi sauri ta cikin majami'u, biranenmu, da al'ummominmu, ta kuma karya kowace shingayen shaidan.

6pm Ku ceci mutanenku daga miyagun mutane marasa hankali waɗanda ke yaƙi da gaskiya, adalci, da adalci.

Karfe 9 na dare Ina karya bayan tsoro kuma ina umurtar jarumtaka, haske, da ikon manzanci don su bayyana a cikin Jikin Kristi.

12 na safe Kowace shawara ta duhu game da ci gaban mulki tana warwatsewa ta hanyar numfashin Allah.

3 na safe Ya Uba, ka mayar da adawa zuwa wani dandali don ɗaukakarka, ka kuma sa tsanantawa ta zama hidima ga yaɗa bishara.

Rana ta 6 - Shiga Tsakanin Mala'iku da Sakin Aljanu

Nassosi: Ayyukan Manzanni 12:5-9; Luka 10:19

Ayyukan Manzanni 12:5–9
Sabon Juyin Sarki James (NKJV)
Saboda haka aka tsare Bitrus a kurkuku, amma cocin ta yi masa addu'a a kowane lokaci ga Allah.
Da Hirudus zai fito da shi, a daren nan Bitrus yana barci, an ɗaure shi da sarƙoƙi biyu a tsakanin sojoji biyu; masu gadin da ke bakin ƙofar kuma suna tsaron gidan yarin.
Sai ga mala'ikan Ubangiji tsaye kusa da shi, wani haske kuma ya haskaka a kurkukun, ya bugi Bitrus a gefe, ya tashe shi, ya ce, "Tashi da sauri!" Sai sarƙoƙinsa suka faɗi daga hannunsa.
Sai mala'ikan ya ce masa, "Yi ɗamara ka ɗaura takalmanka."
Sai ya yi haka. Sai ya ce masa, "Yafa rigarka ka bi ni."
Sai ya fita ya bi shi, bai san cewa abin da mala'ikan ya yi gaskiya ne ba, amma ya yi zaton yana ganin wahayi ne.

Saƙon (MSG)
Ayyukan Manzanni 12:5–11 (Abubuwan da ke cikin bayani)
Duk lokacin da Bitrus yake ƙarƙashin tsaro mai tsanani a gidan yarin, cocin tana yi masa addu'a sosai.
Sai lokaci ya yi da Hirudus zai fito da shi don a yi masa shari'a a bainar jama'a. A wannan daren duk da cewa an ɗaure Bitrus da sarka ga sojoji biyu, ɗaya a kowane gefe, kuma akwai masu gadi a ƙofar suna kallon wurin, Bitrus ya yi barci kamar jariri.
Ba zato ba tsammani sai ga wani mala'ika a gefensa kuma haske ya mamaye ɗakin. Mala'ikan ya girgiza Bitrus ya tashe shi. "Yi sauri!" ya ce.
Ankurin ya faɗo daga wuyan hannunsa.
Mala'ikan ya ce, "Yi sutura. Sanya takalmanka."
Bitrus ya yi hakan.

"Zuba rigarka a kafadunka ka bi ni."
Bitrus ya bi shi, amma bai yarda cewa mala'ika ne da gaske ba. Ya yi tsammanin yana ganin abubuwa.

Luka 10:19
Sabon Juyin Sarki James (NKJV)
"Ga shi, ina ba ku iko ku tattaka macizai da kunamai, da kuma kan dukkan ikon abokin gaba, kuma babu abin da zai cutar da ku ko kadan."

Sakon (MSG)
Luka 10:18–20 (Ma'anar bayani dalla-dalla)
Yesu ya ce, "Na sani. Na ga Shaidan ya fadi, walkiya ta sauko daga sama.
Ka ga abin da na ba ka? Wucewa lafiya yayin da kake tafiya a kan macizai da kunamai, da kuma kariya daga kowace hari daga abokan gaba. Babu abin da zai cutar da kai.
Duk da haka, babban nasara ba ta cikin ikonka akan mugunta ba ne, amma a cikin ikon Allah a kanka da kuma kasancewarka tare da kai. Ba abin da kake yi wa Allah ba, amma abin da Allah yake yi maka - wannan shine ajanda ta farin ciki.

6 na safe Ubangiji, yayin da aka yi addu'a mai ƙarfi ga Bitrus, bari sarƙoƙi su faɗi daga kowane fursuna da aka naɗa don manufar mulki.

Karfe 9 na safe Ina ba da umarnin sakin waɗanda aka tsare saboda tsoro, jaraba, sihiri, kuskure, da zaluncin ruhaniya.

Karfe 12 na rana Bari taimakon mala'iku ya taso a cikin yanayi inda taimakon ɗan adam ya gaza kuma duhu yana tunanin ya yi nasara.

3pm Kowace ƙofa ta ƙarfe mai adawa da ci gaban allahntaka, a buɗe take da yardarka a gaban ikon Allah.

6 na yamma Ina tattaka macizai, kunamai, da dukkan ikon maƙiyi; babu abin da zai yi nasara a kan umarnin Allah ko ta yaya.

9 na dare Baba, ka farka kana barci, ka fitar da mutanenka daga gidajen yari marasa ganuwa zuwa 'yanci da aiki.

12 na safe Kowace sarka da aka ƙirƙira a wurare na ɓoye a kaina, iyalina, da kuma Cocin, a karye yanzu cikin sunan Yesu.

3 na safe Bari shaidar ceto ta mu'ujiza ta ƙaru, kuma a sake sanar da Ikilisiya game da hidimar taimakon mala'iku.

Rana ta 7 - Mutane Masu Jira, Fitilun Konewa

Nassosi: Luka 2:25-38; Zabura 37:7

Luka 2:25–38
Sabon Juyin Sarki James (NKJV)
Sai ga wani mutum a Urushalima mai suna Saminu, wannan mutum mai adalci ne kuma mai ibada, yana jiran Ta'aziyyar Isra'ila, Ruhu Mai Tsarki kuma yana tare da shi.
Kuma Ruhu Mai Tsarki ya bayyana masa cewa ba zai ga mutuwa ba kafin ya ga Almasihu na Ubangiji.
Sai Ruhu ya zo cikin Haikali ta wurinsa. Da iyayen suka kawo yaron Yesu, domin su yi masa kamar yadda aka saba da shari'a, sai ya rungume shi, ya yabi Allah, ya ce:
"Ya Ubangiji, yanzu kana barin bawanka ya tafi lafiya, bisa ga maganarka; Gama idanuna sun ga cetonka wanda ka shirya a gaban dukkan mutane, Haske don bayyana ga al'ummai, Da kuma ɗaukakar mutanenka Isra'ila."
Yusufu da mahaifiyarsa suka yi mamakin abubuwan da aka faɗa game da shi.
Sai Saminu ya albarkace su, ya ce wa Maryamu mahaifiyarsa, "Ga shi, an ƙaddara wannan yaron domin faduwa da tashin mutane da yawa a Isra'ila, da kuma alamar da za a yi magana a kanta (haka ne, takobi zai huda ranka), domin a bayyana tunanin zukata da yawa."
Akwai wata annabiya, Anna, 'yar Fanuwel, daga kabilar Ashiru. Ta tsufa ƙwarai, ta zauna tare da miji shekara bakwai tun daga budurcinta; wannan matar kuwa gwauruwa ce 'yar shekara tamanin da huɗu, wadda ba ta fita daga haikalin ba, amma tana bauta wa Allah da azumi da addu'o'i dare da rana. Kuma ta zo a lokacin nan take ta yi godiya ga Ubangiji, ta kuma yi magana game da shi ga duk waɗanda ke jiran fansa a Urushalima.

Saƙon (MSG)
Luka 2:25–38 (Fassarar mahallin ƙwarara)
A lokacin akwai wani mutum a Urushalima, mai suna Saminu. Mutum ne nagari, mutum mai addu'a, yana jiran taimako ga Isra'ila. Ruhu Mai Tsarki yana kansa.
Ruhu Mai Tsarki ya nuna masa cewa zai ga Almasihun Allah kafin ya mutu. Ruhu ya jagorance shi, ya shiga Haikalin.
Yayin da iyayen yaron Yesu suka kawo shi don ya yi ayyukan Shari'a, Saminu ya rungume shi ya yabi Allah:
"Ya Allah, yanzu za ka iya sakin bawanka;
ka sake ni cikin salama kamar yadda ka alkawarta. Da idona na ga cetonka: yanzu a bayyane yake ga kowa ya gani - haske mai bayyana Allah ga al'ummai waɗanda ba Yahudawa ba, da kuma ɗaukaka ga mutanenka Isra'ila."
Uban Yesu da mahaifiyarsa sun rasa bakin magana saboda mamaki da waɗannan kalmomin.
Saminu ya ci gaba da yi musu albarka, ya kuma ce wa mahaifiyarsa Maryamu:
"Wannan yaron yana nuna gazawa da kuma murmurewa da mutane da yawa a Isra'ila, wani mutum da ba a fahimta ba kuma aka saba masa—zafin jifa da takobi a cikinka—amma ƙin yarda zai tilasta gaskiya, kamar yadda Allah yake bayyana ainihin su."
Anna annabiya ma tana nan, 'yar Fanuwel daga ƙabilar Ashiru. Yanzu ta tsufa ƙwarai. Ta yi aure shekara bakwai sannan ta yi bazawara tsawon shekara tamanin da huɗu.
Ba ta taɓa barin yankin Haikali ba, tana bauta wa Allah dare da rana da azuminta da addu'o'inta.
A daidai lokacin da Saminu ke addu'a, ta bayyana, ta rera waƙar yabo ga Allah, ta kuma yi wa duk waɗanda ke jiran 'yantar da Urushalima magana game da yaron.

Zabura 37:7
Sabon Juyin Sarki James (NKJV)

Ka huta cikin Ubangiji, ka jira Shi da haƙuri;
Kada ka damu da wanda ya yi nasara a hanyarsa, Saboda mutumin da ke aikata miyagun dabaru.

Saƙon (MSG)

Zabura 37:7–9 (Gudanar da mahallin)

Yi shiru a gaban Allah,
ka yi addu'a a gabansa.
Kada ku damu da waɗanda ke hawa tsani,
waɗanda suka yi ƙoƙarin kai ga saman.
Ka kame fushinka, ka share fushinka;
ka kwantar da bututunka—zai ƙara ta'azzara lamarin.
Ba da daɗewa ba, masu damfara za su yi fatara;
Masu zuba jari na Allah za su mallaki shagon nan ba da daɗewa ba.

6 na safe Baba, ka sa ni kamar Saminu da Anna, masu juriya wajen jira, tsarkakakku cikin jira, kuma masu aminci cikin ibada.

9am Ina ƙin rashin imani mara natsuwa; Ina samun alheri don in jira Ubangiji ba tare da suma ba, ko gunaguni, ko ja da baya.

12 na rana Bari a kiyaye kowace alkawali a rayuwata, gidana, da cocinka har zuwa lokacin bayyanar.

3pm Ya Ubangiji, ka kiyaye masu ceto waɗanda suka daɗe suna jira; Bari idanunsu su ga ta'aziyyar da ka yi alkawari.

6 na yamma Na ba da umarnin cewa jinkiri ba zai haifar da shakku ba, kuma tsari ba zai kawar da annabci ba.

9 na dare Duk wani ruhin mika wuya da wuri, ka rasa aikinka a kan waliyyai da kuma a kan wannan tsara.

12 na safe Uba, ka ba wa masu neman dare da rana lada da haduwa da ba za a iya musantawa ba, cika alkawari, da kuma bayyananniya ta annabci.

3 na safe Bari addu'ar masu hakuri ta girma zuwa ziyara a buɗe, kuma bari mahaifa masu jira su fito da manufar allahntaka.

Rana ta 8 - Daidaito a Getsamani

Nassosi: Matiyu 26:36-46; Matiyu 6:10

Matiyu 26:36-46
Sabon Juyin Sarki James
Addu'a a Cikin Lambun
36 Sai Yesu ya zo tare da su zuwa wani wuri da ake kira
Getsemane, ya ce wa almajiransa, “Ku zauna a nan, ni kuwa
zan tafi in yi addu'a a can.” 37 Sai ya ɗauki Bitrus da 'ya'yan
Zabadi biyu, ya fara ɓakin ciki da damuwa ƙwarai. 38 Sai ya ce
musu, “Raina yana ɓakin ciki ƙwarai, har ma har mutuwa. Ku
zauna a nan ku yi tsaro tare da ni.”
39 Ya ɗan yi nisa kaɗan, ya faɗi a fuskarsa, ya yi addu'a, yana
cewa, “Ya Uba, idan zai yiwu, ka bar wannan ƙoƙon ya wuce
daga gare ni; duk da haka, ba kamar yadda nake so ba, sai dai
kamar yadda kake *so.* ”
40 Sai ya zo wurin almajiran, ya same su suna barci, sai ya ce
wa Bitrus, “Ashe, ba za ku iya zama tare da ni ko da sa'a ɗaya
ba? 41 Ku yi tsaro ku yi addu'a, kada ku shiga jaraba. Ruhu *yana*
so, amma jiki rarrauna *ne* .”
42 Sai ya sake komawa ya yi addu'a a karo na biyu , yana cewa, “Ya Uba, idan
wannan ƙoƙon ba zai iya wucewa daga gare ni ba sai na sha
shi, to, nufinka ya cika.” 43 Sai ya dawo ya same su suna barci,
domin idanunsu sun yi nauyi.
44 Sai ya bar su, ya sake komawa, ya yi addu'a a karo na uku,
yana faɗin kalmomin nan iri ɗaya. 45 Sai ya zo wurin
almajiransa, ya ce musu, “ Har yanzu *kuna barci kuna hutawa* ?
Ga shi, lokaci ya yi kusa, kuma za a ba da Ɗan Mutum ga
hannun masu zunubi. 46 Ku tashi, mu tafi. Ga shi, mai bashe
ni ya kusa.”

Matiyu 26:36-46
Saƙon

36-38 Sai Yesu ya tafi tare da su zuwa wani lambu da ake kira
Getsemane, ya ce wa almajiransa, "Ku zauna a nan, ni kuwa
zan je can in yi addu'a." Ya ɗauki Bitrus da 'ya'yan Zabadi
biyu, ya shiga cikin baƙin ciki mai raɗaɗi. Sai ya ce, "Wannan
baƙin ciki yana danne raina. Ku zauna a nan ku yi tsaro tare
da ni."
39 Yana tafiya kaɗan, sai ya faɗi a ƙasa, yana addu'a, "Ya
Ubana, idan akwai wata hanya, ka cece ni daga wannan.
Amma don Allah, ba abin da nake so ba. Kai, me kake *so* ?"
40-41 Da ya dawo wurin almajiransa, sai ya same su suna barci.
Ya ce wa Bitrus, "Ba za ka iya barin sa'a ɗaya da ni ba? Ka yi
tsaro; ka yi addu'a don kada ka shiga cikin jaraba ba tare da
sanin cewa kana cikin haɗari ba. Akwai wani ɓangare naka
wanda yake da himma, a shirye yake don komai a cikin Allah.
Amma akwai wani ɓangare kuma wanda yake da kasala kamar
tsohon kare da ke barci a kusa da wuta."
42 Sai ya sake barinsu a karo na biyu. Sai ya sake yin addu'a,
"Ya Uba, idan babu wata hanya sai wannan, shan wannan
ƙoƙon har sai ya yi laushi, na shirya. Yi shi yadda kake so."
43-44 Da ya dawo, ya sake ganinsu suna barci cikin barci. Kawai
sai suka kasa buɗe idanunsu. A wannan karon ya bar su su yi
barci, ya koma karo na uku don yin addu'a, yana tafiya a kan
ƙasa ɗaya a karo na ƙarshe.
45-46 Da ya dawo a karo na gaba, sai ya ce, "Za ku yi barci ku yi
barci? Lokacina ya ƙare, za a miƙa Ɗan Mutum ga hannun
masu zunubi. Ku tashi! Mu tafi! Mai cin amanata yana nan."

Matiyu 6:10
Sabon Juyin Sarki James
10 Mulkinka ya zo.
A yi nufinka a duniya kamar yadda *yake* a sama.

Matiyu 6:10-13
Saƙon
7-13 "Duniya cike take da waɗanda ake kira mayaƙan addu'a
waɗanda ba su san addu'a ba. Suna cike da dabaru da shirye-

shirye da shawarwari, dabarun tallata abin da kuke so daga Allah. Kada ku fada cikin wannan banzan. Wannan shine Ubanku da kuke mu'amala da shi, kuma ya fi ku sanin abin da kuke bukata. Da irin wannan Allah yana kaunarku, za ku iya yin addu'a cikin sauki. Kamar haka:

Ubanmu na sama,

Ka bayyana ko kai wanene. Ka gyara duniya; Ka yi abin da ya fi kyau— kamar yadda yake a sama, haka nan a kasa. Ka raya mu da abinci sau uku. Ka yafe mana tare da kai kuma ka gafarta wa wasu. Ka kare mu daga kanmu da Shaidan. Kai ne ke da iko! Za ka iya yin duk abin da kake so! Kana cikin kyau! Eh. Eh. Eh.

6 na safe Ya Uba, ba nufinmu ba, sai naka a yi a cikinmu, ta wurinmu, da kuma ta wurin Ikilisiyarka a wannan lokaci mai mahimmanci.

9 na safe Bari kowace manufa ta jiki ta mutu a bagadi har sai shawarar Ubangiji ta tabbata.

Karfe 12 na rana Ina samun ƙarfin yin addu'a cikin baƙin ciki, matsin lamba, da juriya ba tare da barin biyayya ba.

3pm Kowace ƙoƙon wahala da ba daga gare Ka ba ce, bari ta wuce; kowace aiki daga gare Ka, a ba da alheri don a cika ta.

6pm Ya Ubangiji, ka daidaita sha'awarmu, shawarwarinmu, da kuma sanarwarmu da tsarin aljanna.

Karfe 9 na dare Ina rufe kowace muryar jiki da ke fafutukar kare kai, tsarki, da kuma biyayya mai tsada.

12 na safe Bari Cocin ta fito daga Getsemane da cikakken tsarkakewa da kuma ƙudurin da ba za a iya tsayawa a kai ba.

3 na safe Uba, yi mini baftisma cikin biyayya har sai addu'a ta zama yarjejeniya da manufarka ta har abada.

Rana ta 9 - Musa a Cikin Gap

Nassosi: Fitowa 32:11-14; Fitowa 32:30-33

Fitowa 32:11-14
Sabon Juyin Sarki James
11 Sai Musa ya roƙi Ubangiji Allahnsa, ya ce, "Ya Ubangiji, me ya sa fushinka ya yi
zafi a kan mutanenka waɗanda ka fito da su daga ƙasar Masar
da ƙarfi da ƙarfi? 12 Me ya sa Masarawa za su yi magana, su ce,
'Ya fitar da su ne don ya cuce su, ya kashe su a kan duwatsu,
ya kuma shafe su daga fuskar duniya'? Ka juyo daga fushinka
mai zafi, ka tuba daga wannan mugunta da za ta yi wa
mutanenka. 13 Ka tuna da Ibrahim, Ishaku, da Isra'ila, bayinka,
waɗanda ka rantse da kanka, ka ce musu, 'Zan ninka zuriyarka
kamar taurarin sama; kuma duk wannan ƙasar da na faɗa zan
ba zuriyarka, za su kuwa mallake *ta* har abada.' " 14 Ubangiji
kuwa ya tuba daga muguntar da ya ce zai yi wa mutanensa.

Fitowa 32:11-14
Saƙon
11-13 Musa ya yi ƙoƙarin kwantar wa Allahnsa hankali. Ya ce,
"Me ya sa, ya Allah, za ka yi fushi da mutanenka? Kai, ka fito
da su daga Masar cikin babban nuni na iko da ƙarfi. Me ya sa
Masarawa za su ce, 'Ya same su—ya fitar da su domin ya
kashe su a kan duwatsu, ya shafe su daga duniya.' Ka daina
fushinka. Ka yi tunani sau biyu game da kawo wa mutanenka
mugunta! Ka yi tunanin Ibrahim, Ishaku, da Isra'ila, bayinka
waɗanda ka yi musu alkawari, kana gaya musu, 'Zan ba ka
'ya'ya da yawa, kamar taurarin sama, zan kuma ba wa 'ya'yanka
wannan ƙasa a matsayin ƙasarsu har abada.'"
14 Kuma Allah ya yi tunani sau biyu. Ya yanke shawarar kada
ya aikata muguntar da ya yi barazanar yi wa mutanensa.

Fitowa 32:30-33

Sabon Juyin Sarki James
30 Washegari Musa ya ce wa mutanen, "Kun aikata babban
zunubi. To, yanzu zan hau wurin Ubangiji; wataƙila zan iya
yin kafara domin zunubanku." 31 Sai Musa ya koma wurin
Ubangiji ya ce, "Kai, waɗannan mutane sun aikata babban
zunubi, sun yi wa kansu allahn zinariya! 32 Amma yanzu, idan
za ka gafarta musu zunubansu—amma idan ba haka ba, ina
roƙonka, ka goge ni daga cikin littafinka wanda ka rubuta."
33 Ubangiji kuma ya ce wa Musa, "Duk wanda ya yi mini
zunubi, zan goge shi daga cikin littafina."

Fitowa 32:30-34
Saƙon
30 Washegari, Musa ya yi wa jama'a jawabi, ya ce, "Kun yi
babban zunubi! Amma zan hau wurin Allah; wataƙila zan iya
gafarta muku zunubanku."
31-32 Musa ya koma wurin Allah ya ce, "Wannan abin tsoro ne.
Wannan mutanen sun yi zunubi—babban zunubi ne! Sun yi
wa kansu gumakan zinariya. Kuma yanzu, idan za ka gafarta
musu zunubansu kawai . . . . . Amma idan ba haka ba, ka goge
ni daga cikin littafin da ka rubuta."
33-34 Allah ya ce wa Musa, "Zan goge waɗanda suka yi mini
laifi kawai daga cikin littafina. Gama yanzu, ka tafi ka
jagoranci mutane zuwa inda na faɗa maka. Ga Mala'ikana
yana gaba da kai. Amma a ranar da zan yi lissafi, zunubansu
za su zama ɓangare na sulhu."

6 na safe Ubangiji, ka koya mini yin addu'a bisa ga alkawarinka, sunanka, da kuma niyyar fansarka .

Karfe 9 na safe Ina tsaye a cikin gibin da ke tsakanin iyalina, birnina, da kuma Cocin, ina roƙon jinƙai a inda ya cancanci hukunci.

12 na rana Bari a rage fushi da rahama, kuma a bar tuba ta buɗe ƙofa don gyarawa a ƙasarmu.

3pm Uba, ka tuna da alkawuranka ka kuma bar alkawari ya mamaye halaka a wuraren da aka yi wa alama don murmurewa daga Allah.

Karfe 6 na yamma Ina fahimtar mutanen da ke gabanka; Ina ƙin son kai kuma ina fuskantar nauyin kamfani.

9 na dare Duk wani zargi da ke cewa mutane sun yi yawa da ba za su iya murmurewa ba, a yi shiru da rahamar Allah.

12am Ya Ubangiji, ka kiyaye shaidarka a tsakanin al'ummai, kuma ka bar ayyukanka masu girma su sake bayyana amincinka.

Karfe 3 na safe a ɗaga masu ceto a wannan lokacin waɗanda za su iya roƙo, su ɗage, kuma su yi nasara har sai an ceci dukkan al'umma.

Rana ta 10 - Kasancewa, Farin Ciki, da Bambanci

Nassosi: Fitowa 33:13-16; Ibraniyawa 4:14-16

Fitowa 33:13-16
Sabon Juyin Sarki James
13 Yanzu ina roƙonka, idan na sami alheri a wurinka, ka nuna
mini hanyarka yanzu, domin in san ka, in kuma sami alheri a
wurinka. Ka kuma yi la'akari da cewa wannan al'umma
jama'arka *ce*."
14 Sai ya ce, "Zan tafi *tare da kai,* zan kuma huta maka."
15 Sai ya ce masa, "Idan ba ka *tare da mu ba,* kada ka ɗauke mu
daga nan. 16 To, ta yaya za a san cewa ni da mutanenka mun
sami tagomashi a wurinka, sai dai idan kai ne ka tafi tare da
mu? Don haka za mu bambanta, ni da mutanenka, daga
dukan mutanen da *ke* duniya."

Fitowa 33:13-16
Saƙon
12-13 Musa ya ce wa Allah, "Duba, ka ce mini, 'Ka jagoranci
wannan jama'a,' amma ba ka sanar da ni wanda za ka aiko tare
da ni ba. Ka ce mini, 'Na san ka sosai kuma kai na
musamman ne a gare ni.' Idan na keɓance ka sosai, ka bar ni
in shiga cikin shirye-shiryenka. Ta haka, zan ci gaba da zama
na musamman a gare ka. Kada ka manta, wannan mutanenka
ne , alhakinka ne."
14 Allah ya ce, "Zan tafi tare da kai. Zan ga tafiyar har zuwa
ƙarshe."
15-16 Musa ya ce, "Idan kasancewarka ba ta jagoranci a nan ba,
ka dakatar da wannan tafiyar yanzu. Ta yaya kuma za a san
cewa kana tare da ni a cikin wannan, tare da ni da mutanenka?
Kana tafiya tare da mu ko a'a? Ta yaya kuma za mu san cewa

mu na musamman ne, ni da mutanenka, a tsakanin sauran mutane a wannan duniyar?"

Ibraniyawa 4:14-16
Sabon Juyin Sarki James
Babban Firist Mai Tausayi
14 To, da yake muna da babban Firist wanda ya ratsa sammai, Yesu Ɗan Allah, bari mu riƙe *shaidarmu da ƙarfi* . 15 Gama ba mu da Babban Firist wanda ba zai iya tausaya wa rauninmu ba, amma an jarabce shi a kowane *fanni kamar yadda muke. amma* ba tare da zunubi ba. 16 Saboda haka bari mu zo gaban kursiyin alheri da ƙarfin hali, domin mu sami jinkai mu kuma sami alherin da zai taimake mu a lokacin bukata.

Ibraniyawa 4:14-16
Saƙon
Babban Firist Wanda Ya Yi Kuka Cikin Jin Raɗaɗi
14-16 Yanzu da muka san abin da muke da shi—Yesu, wannan babban Firist mai cikakken damar zuwa ga Allah—kada mu bari ya zame ta yatsunmu. Ba mu da firist wanda ba shi da masaniya game da gaskiyarmu. Ya fuskanci rauni da gwaji, ya fuskanci komai—duk sai zunubi. Don haka bari mu yi tafiya zuwa gare shi mu sami abin da yake shirye ya bayar. Ku karɓi rahama, ku karɓi taimakon.

6 na safe Ya Uba, idan kasancewarka ba ta tare da mu ba, kada mu yi motsi; ka yi mana alama da kusancinka ba da ƙarfin ɗan adam ba.

Karfe 9 na safe Ina samun rahama kuma ina samun alherin da zai taimaka mini a wannan lokacin buƙata ga kaina, Ikilisiya, da kuma al'ummai.

12:00 na rana Bari kasancewar Allah ta bambanta mutanenka da kowace tsarin jabu da kuma addini mara ƙarfi.

3pm Duk wani madadin kasancewar Allah a hidima da rayuwar mutum, a fallasa shi a kuma cire shi.

6 na yamma Ubangiji, ka nuna mana hanyoyinka domin mu san ka mu kuma yi tafiya cikin alheri a gabanka.

9 na dare Ina ba da umarni cewa zumunci da Allah zai zama ƙarfi, kyau, da kuma kariya ga sauran.

12 na safe Bari yanayin gidaje, majami'u, da yankuna ya canza domin kasancewarka ta zauna a wurin.

3 na safe Ya Uba, ka sanya mu masu ɗauke da tsarkin kasancewa wanda ke kawar da duhu kuma ke tabbatar da bambancin adalci.

Rana ta 11 - Dutsen Cocin: Tsarkakakken da Wuta

Nassosi: 2 Labarbaru 7:13-16; Afisawa 6:10-18

2 Labarbaru 7:13-16
Sabon Juyin Sarki James
13 Idan na rufe sama, ba a yi ruwan sama ba, ko kuma na
umarci fara su cinye ƙasar, ko kuma na aika annoba a cikin
mutanena, 14 idan mutanena waɗanda ake kira da sunana za su
ƙasƙantar da kansu, su yi addu'a, su nemi fuskata, su juyo daga
mugayen ayyukansu, to, zan ji daga sama, in gafarta musu
zunubansu, in kuma warkar da ƙasarsu. 15 Yanzu idanuna za su
buɗe, kunnuwana kuma za su saurari addu'ar *da ake yi* a
wannan wuri. 16 Gama yanzu na zaɓi kuma na tsarkake wannan
gidan, domin sunana ya kasance a wurin har abada; kuma [b]
Idanuna da [c] zuciyata za su kasance a wurin har abada.

Afisawa 6:10-18
Sabon Juyin Sarki James
Dukan Sulken Allah
10 A ƙarshe, 'yan'uwana, ku yi ƙarfi cikin Ubangiji da kuma
cikin ikon ikonsa. 11 Ku sanya dukkan makamai na Allah,
domin ku iya tsayawa da dabarun Shaiɗan . **12 Gama ba mu yaƙi da nama** da
jini ba, amma da mulkoki, da ikoki, da shugabannin duhun
wannan zamani, da rundunonin ruhaniya na *mugunta* a cikin
sammai . 13 Saboda haka, ku ɗauki dukkan makamai na Allah,
domin ku iya tsayayya a cikin muguwar rana, bayan kun gama
komai, ku tsaya.
14 Saboda haka, ku tsaya, kuna ɗaure tsakaninku da gaskiya,
kuna sa sulke na adalci, 15 kuma kun yi takalman ƙafafunku da
shirin bisharar salama; 16 sama da duka, ku ɗauki garkuwar
bangaskiya wadda za ku iya kashe dukkan kiban wuta na
mugun nan da ita. 17 Ku ɗauki kwalkwali na ceto, da takobin

Ruhu, wato maganar Allah; [18] ku yi addu'a koyaushe da dukkan addu'o'i da roƙo cikin Ruhu, kuna lura da wannan manufa da matuƙar haƙuri da roƙo ga dukkan tsarkaka.

2 Labarbaru 7:13-18

Saƙon

[12-18] Allah ya bayyana wa Sulemanu a wannan daren, ya ce, "Na karɓi addu'arka; eh, na zaɓi wannan wuri a matsayin haikali don hadaya, gidan ibada. Idan na taɓa rufe ruwan sama ko na umarci fara su cinye amfanin gona ko kuma in aika annoba ga mutanena, kuma mutanena, mutanen da Allah ya ayyana, suka amsa ta hanyar ƙasƙantar da kansu, suna addu'a, suna neman kasancewara, da kuma juya baya ga mummunan rayuwarsu, zan kasance a shirye dominku: Zan saurara daga sama, in gafarta musu zunubansu, in kuma dawo da ƙasarsu lafiya. Daga yanzu ina cikin shiri dare da rana ga addu'o'in da ake yi a wannan wuri. Ku yi imani da ni, na zaɓi kuma na tsarkake wannan Haikali da kuka gina: Sunana yana nan a kansa har abada; idanuna suna kan sa, zuciyata kuma tana cikinsa koyaushe. Amma kai, idan ka rayu a gabana kamar yadda mahaifinka Dawuda ya rayu, tsarkakakku a zuciya da aiki, kana rayuwa cikin rayuwar da na shirya maka, kana biyayya ga jagora da hukunce-hukuncena, to, zan goyi bayan mulkin sarautarka a kan Isra'ila—ka mai da shi abin tabbata a kan tabbataccen abu. tushe. Garanti ɗaya na alkawari da na ba wa ubanka Dawuda da nake ba ka, wato, 'Kana iya dogara ga samun zuriya a kan gadon sarautar Isra'ila koyaushe.'

Afisawa 6:10-18

Saƙon

Yaƙi Zuwa Karshe

[10-12] Kuma wannan game da kammala shi ne. Allah yana da ƙarfi, kuma yana son ku yi ƙarfi. Don haka ku ɗauki duk abin da Ubangiji ya tanada muku, makaman da aka ƙera da kayan aiki mafi kyau. Kuma ku yi amfani da su don ku iya tsayayya da duk abin da Shaiɗan ya jefa muku. Wannan ba yaƙin ƙarshen mako ba ne da za mu yi tafiya daga ciki mu manta da

shi cikin 'yan awanni kaɗan. Wannan yaƙi ne na dindindin, yaƙin rai ko mutuwa har ƙarshe da Shaiɗan da dukkan mala'ikunsa.

13-18 Ku shirya. Kuna fuskantar matsaloli fiye da yadda za ku iya yi da kanku. Ku ɗauki duk taimakon da za ku iya samu, kowanne makami da Allah ya bayar, domin idan komai ya ƙare sai ihu za ku ci gaba da kasancewa a ƙafafunku. Gaskiya, adalci, zaman lafiya, bangaskiya, da ceto sun fi kalmomi. Ku koyi yadda ake amfani da su. Za ku buƙaci su a tsawon rayuwarku. Kalmar Allah makami ne *mai mahimmanci* . Haka nan, addu'a tana da mahimmanci a cikin wannan yaƙin da ake ci gaba da yi. Ku yi addu'a da ƙarfi da dogon lokaci. Ku yi wa 'yan'uwanku maza da mata addu'a. Ku buɗe idanunku. Ku ci gaba da ƙarfafa zukatan junanku don kada kowa ya faɗi a baya ko ya faɗi.

6 na safe Ya Ubangiji, ka ƙasƙantar da Cocinka, ka kira mu mu yi addu'a, ka warkar da ƙasar yayin da muke tuba da dawowa.

Karfe 9 na safe Na sanya dukkan kayan yaƙin Allah kuma na ƙi yin yaƙin ruhaniya da makamai na jiki.

12pm Bari a tsarkake kowace ƙazanta a cikin firistoci da wuta mai tsarki da kuma tsoron Ubangiji.

3 na yamma kowace ƙofar jahannama da ke fafatawa da dutsen Cocin , a yi mata duka ta wurin ikon Yesu Kiristi.

6pm Uba, ka maido da tarbiyya, koyarwa, tsarki, da iko a gidanka.

9 na dare Bari kowane mai gadi da ke barci ya farka kuma a tsarkake kowace bagadi da aka lalata.

12 na safe Ina ba da umarni cewa majami'u za su zama cibiyoyin ceto, almajirantarwa, warkarwa, da kuma sauye-sauyen kasa.

3 na safe Ya Allah, bari Cocin addu'a, tsarkakakke, kuma mai fafutuka ya tashi ya dame mulkin duhu.

Rana ta 12 - Dutsen Cocin: Ikon Manzanni

Nassosi: Ayyukan Manzanni 4:29-30; Afisawa 6:19-20

Ayyukan Manzanni 4:29-30
Saƙon
29-30 "Yanzu kuma sun sake yin hakan! Ka kula da barazanarsu, ka ba bayinka ƙarfin hali wajen yin wa'azin saƙonka, yayin da kake miƙa mana hannunka wajen warkarwa da mu'ujizai da abubuwan al'ajabi da aka yi cikin sunan bawanka mai tsarki Yesu."

Afisawa 6:19-20
Saƙon
19-20 Kuma kada ku manta da yi mini addu'a. Ku yi addu'a domin in san abin da zan faɗa kuma in sami ƙarfin halin faɗinsa a lokacin da ya dace, ina faɗa wa kowa sirrin, Saƙon da ni, mai wa'azin gidan yari, nake da alhakin fita.

Ayyukan Manzanni 4:29-30
Sabon Juyin Sarki James
29 Yanzu, ya Ubangiji, ka dubi barazanarsu, ka kuma ba wa
bayinka ikon faɗin maganarka da ƙarfin hali, 30 ta wurin miƙa
hannunka domin warkarwa, kuma a yi alamu da abubuwan al'ajabi ta wurin sunan Bawanka mai tsarki Yesu."

Afisawa 6:19-20
Sabon Juyin Sarki James
19 kuma a gare ni, domin a ba ni magana, domin in buɗe
bakina da ƙarfin hali don in bayyana asirin bishara, 20 wanda ni
jakada ne a cikin sarƙoƙi; domin in yi magana da ƙarfin hali, kamar yadda ya kamata in yi.

6 na safe Ya Uba, ka yi wa Ikilisiyarka ado da ƙarfin hali don yin shelar Almasihu a bainar jama'a, daidai, kuma ba tare da neman afuwa ba.

9 na safe A yi wa manzanni, annabawa, masu bishara, fastoci, malamai, da masu roƙo a wannan lokacin.

Karfe 12 na rana Ina karya ruhin kunya, rashin kunya, da kuma sulhu wanda ke raunana shaidar mulki.

3pm Ya Ubangiji, ka goyi bayan wa'azin bishara da alamu, abubuwan al'ajabi, tabbaci, da kuma haɗuwa mai canza rayuwa.

6 na yamma Duk wani takunkumi da aka sanya wa ƙungiyar manzanni, a ɗage shi da hannun Ubangiji.

9 na dare Na ba da umarni cewa Cocin ba za ta ja da baya a ƙarƙashin matsin lamba ba, amma za ta ci gaba da hikima da iko.

12 na safe Bari ƙarfin hali mai tsarki ya fadi kan matasa masu bi, dattawa, da shugabanni.

3 na safe Ya Uba, ka gina Cocin da ke yin dokoki a cikin addu'a kuma tana aiwatar da shawararka a duniya.

Rana ta 13 - Dutsen Iyali: Warkar da Lalacewar

Nassosi: Malachi 4:5-6; Fitowa 20:12

Malachi 4:5-6
Sabon Juyin Sarki James
5 Ga shi, zan aiko muku da annabi Iliya
kafin babbar rana mai ban tsoro ta Ubangiji ta zo.
6 Zai kuma juyar da
zukatan ubanni ga 'ya'ya, da zukatan 'ya'ya ga ubanninsu,
domin kada in zo in bugi duniya da la'ana.

Fitowa 20:12
Sabon Juyin Sarki James
12 "Ka girmama mahaifinka da mahaifiyarka, domin
kwanakinka su daɗe a ƙasar da Ubangiji Allahnka yake ba ka."

Malachi 4:5-6
Saƙon
5-6 "Amma kuma ku duba gaba: Ina aika annabi Iliya don ya
share hanya zuwa ga Babban Ranar Allah—Ranar Shari'a mai
hukunci! Zai shawo kan iyaye su kula da 'ya'yansu da 'ya'yansu
su yi wa iyayensu biyayya. Idan suka ƙi, zan zo in sanya ƙasar
a ƙarƙashin la'ana."

Fitowa 20:12
Saƙon
12 Ka girmama mahaifinka da mahaifiyarka domin ka rayu
tsawon rai a ƙasar da Allah, Allahnka, yake ba ka.

6 na safe Baba, ka mayar da zukatan ubanni zuwa ga yara, 'ya'yan kuma zuwa ga ubani, sannan ka warkar da karyewar gado a cikin iyalai.

Karfe 9 na safe Ina karya yanayin ɗacin rai, watsi da mutane, cin zarafi, da kuma rashin fahimta mai ɗorewa da ke faruwa a gidaje.

12 na rana Bari jinin Yesu ya yi magana game da zaman lafiya game da aure, 'yan'uwa, iyaye, da yara.

3 na yamma Kowace bagadi ta tsararraki da ke tallafawa tawaye, jinkiri, rashin haihuwa, da rudani, tana kama da wuta yanzu.

6pm Ya Ubangiji, ka dawo da girmamawa, tausayi, tarbiyya, gaskiya, da kuma biyayya ga juna a gidajen Kirista.

9 na dare Na ba da umarni cewa iyalai za su zama wuraren horo don adalci da kuma wuraren da za a iya gina kaddara.

Karfe 12 na safe Bari mugayen mutane su dawo, mu bar waɗanda suka ji rauni su warke, sannan mu bar sulhu ya yi nasara kan rabuwar kai.

3 na safe Uba, ka tsare dutsen iyali don ɗaukakarka kuma ka rusa duk wani makirci da aka kulla wa gidajen alkawari.

Rana ta 14 - Dutsen Iyali: Yara da Tsabar Alkawari

Nassosi: Ishaya 54:13; Zabura 127:3-5; Afisawa 6:1

Ishaya 54:13
Sabon Juyin Sarki James
13 Ubangiji
zai koya wa dukkan 'ya'yanku , Kuma zaman lafiya mai girma
zai kasance ga 'ya'yanku.

Zabura 127:3-5
Sabon Juyin Sarki James
3 Ga shi, 'ya'ya gādo *ne* daga Ubangiji,
'Ya'yan ciki lada
ne . 4 Kamar kibau a hannun jarumi,
Haka nan 'ya'yan kuruciya
suke . 5 Mai farin ciki *ne* mutumin da ke da kibansa a cike da
su;
Ba za su ji kunya ba, Amma za su yi magana da abokan
gabansu a kofar.

Afisawa 6:1
Sabon Juyin Sarki James
Yara da Iyaye
6 1 Ya'ya, ku yi wa iyayenku biyayya cikin Ubangiji, domin
wannan daidai ne.

Ishaya 54:13-17
Sakon
11-17 "Birnin da ke cikin wahala, guguwa ta yi karfi, ba a jin
tausayinsa ba:
Zan sake gina ku da duwatsun turquoise, Ku kafa harsashin
ku da saffir, Ku gina hasumiyoyin ku da lu'ulu'u, Kofofin ku

da lu'ulu'u, da dukkan ganuwar ku da duwatsu masu daraja.
Duk 'ya'yanku za su sami Allah a matsayin malaminsu—
abin koyi ga 'ya'yanku!
Za a gina ku da ƙarfi, a cikin adalci, nesa da kowace matsala—
babu abin tsoro! nesa da tsoro—ba zai matso kusa ba! Idan
wani ya kai muku hari, kada ku yi zaton na aiko su, Kuma
idan wani ya kai hari, babu abin da zai fito daga gare shi. Na
halicci maƙerin da ke harba bindigarsa ya yi makamin da aka
tsara don kashewa. Ni kuma na ƙirƙiri mai lalata— amma ba a
taɓa ƙirƙira wani makami da zai iya cutar da ku ba. Duk wani
mai ƙara da ya kai ku kotu za a kore shi a matsayin maƙaryaci.
Wannan shine abin da bayin Allah za su iya tsammani. Zan
tabbatar da cewa komai ya yi kyau." Umarnin Allah.

Zabura 127:3-5
Saƙon
3-5 Ba ka ganin cewa yara su ne mafi kyawun baiwar Allah ba?
'Ya'yan mahaifa gadonsa mai karimci? Kamar kiban jarumi,
'ya'yan ƙuruciya masu ƙarfi ne. Iyaye masu albarka ne, da
ƙwanƙolinku cike da yara! Maƙiyanku ba sa fuskantar ku; za
ku share su daga ƙofar gidanku.

Afisawa 6:1-3
Saƙon
6 1-3 Yara, ku yi abin da iyayenku suka gaya muku. Wannan
daidai ne. "Ku girmama mahaifinku da mahaifiyarku" ita ce
doka ta farko da ke da alƙawari a kanta, wato, "domin ku rayu
lafiya kuma ku sami tsawon rai."

6am Ya Ubangiji, ka koya wa 'ya'yanmu ta wurin Ruhunka ka kuma tabbatar da babban zaman lafiya a rayuwarsu.

Karfe 9 na safe Ina yi wa yara, matasa, da matasa kariya daga cin hanci da rashawa, tashin hankali, da kuma lalata.

12pm Duk wani da'awar shaidan game da zuriyar alkawari, a soke ta da jinin Yesu.

3pm Bari yara su tashi kamar kibiya a hannun Mai Iko Dukka, waɗanda aka yi niyya daidai don manufar mulki.

6 na yamma Uba, ka daina jaraba, ruɗani na asali, son sani na asiri, da kuma ɗaurewar tsara daga wannan tsara.

9 na dare Ina ba da umarni cewa 'ya'yanmu maza da mata za su kasance masu hikima, tsarki, jarumtaka, da kuma bayyana annabci.

12 na safe Bari makarantu, gidaje, da majami'u su zama wurare inda rayuwar matasa ke haɗuwa da Allah sosai.

3am Ya Ubangiji, ka kiyaye tsara mai zuwa daga halaka ka mayar da su alamu da abubuwan al'ajabi domin mulkinka.

Rana ta 15 - Dutse na Gwamnati: Mulkin Adalci

Nassosi: Ishaya 9:6-7; 1 Timothawus 2:1-2

Ishaya 9:6-7
Sabon Juyin Sarki James
6 Gama an haifi mana yaro,
an ba mu da; Mulki kuma zai kasance a kafaɗarsa. Za a kira
sunansa Mai ban mamaki, Mai ba da shawara, Allah Mai iko,
Uba Madawwami, Sarkin Salama.
7 Karuwar *mulkinsa* da zaman lafiya
ba za su ƙare ba,
A kan gadon sarautar Dawuda da kuma a kan mulkinsa,
Domin a tsara shi da kuma kafa shi da adalci da adalci Tun
daga wannan lokaci zuwa gaba, har ma har abada. Koƙarin
Ubangiji Mai Runduna zai yi wannan.

1 Timothawus 2:1-2
Sabon Juyin Sarki James
Yi Addu'a Domin Duk Maza
2 Saboda haka ina [a] gargadi da farko cewa a yi addu'o'i,
addu'o'i, roƙo, *da* godiya ga dukkan mutane, 2 ga sarakuna da
duk waɗanda ke cikin [b] iko, domin mu yi rayuwa mai natsuwa da kwanciyar hankali
cikin dukkan ibada da girmamawa .

Ishaya 9:6-7
Saƙon
2-7 Mutanen da suka yi tafiya cikin duhu
sun ga babban haske. Ga waɗanda suka zauna a ƙasar duhu
mai zurfi— haske! hasken rana!
Kun sake cika al'umma,
kun faɗada farin cikinta. Kai, suna farin ciki ƙwarai a gabanka!
Farin cikin biki! Farin cikin babban biki, raba kyaututtuka

masu yawa da gaisuwa mai ɗumi. Cin zarafin masu zalunci da zaluncin azzalumai—duk bulala da sandunansu da la'anansu—Ya tafi, ya tafi, ceto mai ban mamaki da ba zato ba tsammani kamar nasarar da Gideon ya yi a kan Midiya. Takalman duk waɗannan rundunonin mamaya, tare da rigunansu da aka jiƙa da jinin marasa laifi, Za a tara su a cikin tarin kuma a ƙone su, wuta da za ta ƙone tsawon kwanaki! Gama an haifi yaro—a gare mu! kyautar ɗa—a gare mu! Zai karɓi ragamar tafiyar duniya. Sunayensa za su kasance: Mai Ba da Shawara Mai Ban Mamaki, Allah Mai Karfi, Uba Madawwami, Sarkin Cikakke. Ikon mulkinsa zai ƙaru, kuma babu iyaka ga cikar da ya kawo. Zai yi mulki daga gadon sarautar Dauda mai tarihi a kan wannan mulkin da aka yi alkawari. Zai sanya wannan mulkin a kan tushe mai ƙarfi kuma ya ci gaba da tafiya da adalci da rayuwa mai kyau, tun daga yanzu har abada. Koƙarin Allah-na-Mala'iku-Runduna zai yi duk wannan.

1 Timothawus 2:1-3
Saƙon
Imani Mai Sauƙi da Gaskiya Mai Sauƙi
2 [1-3] Abu na farko da nake so ka yi shi ne ka yi addu'a. Ka yi addu'a ta kowace hanya da ka sani, ga duk wanda ka sani. Ka yi addu'a musamman ga masu mulki da gwamnatocinsu su yi mulki mai kyau domin mu kasance cikin nutsuwa game da harkokinmu na rayuwa cikin sauƙi, cikin tunani mai tawali'u. Wannan ita ce hanyar da Mai Cetonmu Allah yake so mu rayu.

6 na safe Ya Uba, bari ƙaruwar gwamnati mai adalci da zaman lafiya su tabbata a cikin al'ummominmu ƙarƙashin ikon Almasihu.

Karfe 9 na safe Muna ɗaga sarakuna, shugabanni, gwamnoni, 'yan majalisa, alkalai, da shugabannin jama'a a gabanka domin hikima da kamewa.

12:00 na rana, a fallasa duk wani shiri na cin hanci da rashawa, zubar da jini, zalunci, da kuma buri mara kyau, sannan a kawar da shi.

3pm Bari masu ba da shawara kan gaskiya da maza da mata masu tsoron Allah su tashi a cikin manyan wuraren tasiri.

6 na yamma Na yi umarni cewa mugayen dokoki ba za su tsaya ba, kuma za a tabbatar da adalci a shari'a tukuna.

9pm Uba, ka wargaza gadon sarauta marasa ganuwa na sihiri, cin hanci, da kuma magudi a bayan shugabancin jama'a.

Karfe 12 na safe a dakatar da tsarin gwamnati da tsoron Allah a kuma mayar da shi zuwa ga adalci.

3 na safe Ya Ubangiji, ka kiyaye ƙasarmu daga masu mulki masu tashin hankali da shugabannin kujeru waɗanda za su kare rayuwa, gaskiya, da 'yanci.

Rana ta 16 - Dutse na Gwamnati: Adalci da Ceto

Nassosi: Zabura 72:14 Zabura 82:1-8

Zabura 72:14
Sabon Juyin Sarki James
14 Zai fanshi rayukansu daga zalunci da tashin hankali;
Jininsu kuma zai zama mai daraja a gabansa.

Zabura ta 82
Sabon Juyin Sarki James
Addu'a Don Adalci
Zabura ta Asaf.
82 Allah yana tsaye a cikin taron masu iko ; Yana yin hukunci a tsakanin alloli.
2 Har
yaushe za ku yi hukunci ba da gaskiya ba,
Ku kuma nuna wa mugaye son kai? *Sela*
3 [c] Ku kare matalauta da marayu; Ku
yi adalci ga matalauta da matalauta.
4 Ku ceci matalauta da matalauta;
Ku 'yantar *da su* daga hannun miyagu.
5 Ba su sani ba, ba su kuma fahimta ba;
Suna yawo cikin duhu; Duk tushen duniya ba su da karfi .
6 Na ce, "Kai *ne* [e] alloli,
Kuma dukanku 'ya'yan Maɗaukaki
ne . 7 Amma za ku mutu kamar mutane,
Ku faɗi kamar ɗaya daga cikin sarakuna."
8 Tashi, ya Allah, ka yi mulkin duniya;
Gama kai ne za ka gaji dukkan al'ummai.

Zabura 72:14
Saƙon
9-14 Maƙiya za su durƙusa a gaban Allah,
maƙiyansa za su lashi ƙura. Sarakuna masu nisa da almara za
su yi wa Allah sujada, sarakuna masu arziki da ɗaukaka za su
miƙa dukiyarsu. Duk sarakuna za su faɗi su yi sujada,
al'ummai marasa tsoron Allah kuma za su yi rajista don su yi
masa hidima, Domin yana ceton talakawa a farkon alamar
buƙata, matalauta waɗanda suka ƙare da sa'a. Yana buɗe wuri
a cikin zuciyarsa don wahala, yana maido da matalauta na
duniya. Yana 'yantar da su daga zalunci da azabtarwa - idan
suka zubar da jini, yana zubar da jini; idan suka mutu, yana
mutuwa.

Zabura ta 82
Saƙon
82 Allah ya kira alkalai zuwa kotunsa,
ya sanya dukkan alkalai a cikin kotu.
2-4 "Ya isa! Kun ɓata adalci tun da daɗewa,
kun bar miyagu su tsira da kisan kai. Kuna nan don kare
marasa tsaro, don tabbatar da cewa marasa ƙarfi sun sami
sassauci mai kyau; Aikinku shine ku tsaya wa marasa ƙarfi, ku
kuma gurfanar da duk waɗanda ke cin zarafinsu."
5 marasa jahilci! Alkalai masu kai-tsaye!
Ba su da masaniyar abin da ke faruwa. Kuma yanzu komai ya
lalace, duniya za ta lalace.
6-7 "Na naɗa ku alƙalai, kowannenku,
wakilai na Allah Maɗaukaki, Amma kun ci amanar aikinku
kuma yanzu an kwace muku matsayi, an kwace muku."
8 Ya Allah, ka ba su abin da suke da shi!
Kana da duniya gaba ɗaya a hannunka!

6am Ya Ubangiji, bari miyagu su faɗa cikin ramin da suka
haƙa, ka bar tsarin farauta ya ruguje ƙarƙashin dabarunsu.

9 na safe Ku fanshi rayukan talakawa, marasa galihu, da marasa murya daga yaudara da tashin hankali.

12:00 na rana kowace irin rashin adalci da ke cin jinin marar laifi, Allah mai adalci zai yi hukunci a kanta.

Karfe 3 na yamma Bari masu fataucin mutane, masu makircin zalunci, da masu zaluntar hukumomi su rasa hanyoyin sadarwa, kuɗaɗen shiga, da kuma kariya.

Karfe 6 na yamma na yi umarni cewa jinin marasa laifi ba zai ƙara zama mai arha a ƙasarmu ba.

9 na dare Baba, ka ɗaga alƙalai masu adalci, masu bincike, masu fafutuka, da masu gyara waɗanda ba za su durƙusa ga matsin lamba ba.

Karfe 12 na safe Bari shaidun da aka ɓoye su bayyana kuma a bar gaskiya ta ratsa kowace ƙarya da aka ƙirƙira.

3am Ya Allah mai adalci, tashi don waɗanda ke cikin wahala ka nuna ikonka a kotuna da majalisun al'ummai.

Rana ta 17 - Dutsen Ilimi: Gaskiya da Fahimta

Nassosi: Daniyel 1:9-21: Yaƙub 1:5

Daniyel 1:9-21
Sabon Juyin Sarki James
9 Yanzu Allah ya sa Daniyel ya sami tagomashi da [a]farin jini daga
shugaban fādawa. 10 Sai shugaban fādawa ya ce wa Daniyel,
“Ina jin tsoron ubangijina sarki, wanda ya shirya muku abinci
da abin sha. Don me zai ga fuskokinku sun fi na samarinku
muni ? Don haka za ku jefa kaina cikin hadari a gaban sarki.”
11 Sai Daniyel ya ce wa [b]wakilin da shugaban fādawa ya naɗa
a kan Daniyel, Hananiya, Mishayel , da Azariya, 12 “Don Allah
a gwada bayinka na kwana goma, a ba mu kayan lambu mu ci,
mu sha ruwa. 13 Sa'an nan a duba yanayinmu a gabanka, da
kuma yanayin samarin da ke cin abincin sarki; kuma kamar
yadda ka ga ya dace, *haka* za ka yi da bayinka.” 14 Sai ya yarda
da su a cikin wannan al'amari, ya kuma gwada su kwana
goma.
15 Bayan kwana goma sai fuskarsu ta yi kyau da ƙiba fiye da
dukan samarin da suka ci abincin sarki. **16 Ta** haka mai hidimar ya
ɗauki abincinsu da ruwan inabin da za su sha, ya ba su kayan
lambu.
17 Amma waɗannan samari huɗu, Allah ya ba su ilimi da
ƙwarewa a cikin dukkan littattafai da hikima; Daniyel kuma
yana da fahimta a cikin dukkan wahayi da mafarkai.
18 A ƙarshen kwanakin, lokacin da sarki ya ce a kawo su, sai
shugaban fāda ya kawo su gaban Nebukadnezzar. 19 Sai **sarki** ya yi
musu tambayoyi , amma a cikinsu duka ba a sami wani kamar
Daniyel, Hananiya, Mishael , da Azariya ba; don haka suka yi
hidima a gaban sarki. 20 Kuma a cikin dukkan al'amuran
hikima *da* fahimta waɗanda sarki ya bincika, ya same su sun fi
dukan masu sihiri *da* masu ilmin taurari waɗanda *ke* cikin

mulkinsa sau goma. [21] Haka Daniyel ya ci gaba har zuwa shekarar farko ta Sarki Sairus.

Yaƙub 1:5
Sabon Juyin Sarki James
[5] Idan wani daga cikinku ya rasa hikima, sai ya roƙi Allah, wanda yake ba kowa hannu sake ba tare da zargi ba, za a ba shi.

Daniyel 1:9-21
Saƙon
8-10 Amma Daniyel ya ƙudura cewa ba zai ƙazantar da kansa ta
hanyar cin abincin sarki ko shan ruwan inabinsa ba, don haka ya roƙi shugaban ma'aikatan fadar ya cire shi daga abincin sarki. Shugaban ma'aikatan fadar, da yardar Allah, ya so Daniyel, amma ya yi masa gargaɗi, "Ina jin tsoron abin da ubangijina sarki zai yi. Shi ne wanda ya ba da wannan abincin kuma idan ya ga ba ka da lafiya kamar sauran mutane, zai yi mini rashin lafiya!"
11-13 Amma Daniyel ya yi kira ga wani ma'aikacin da shugaban
ma'aikatan fadar ya naɗa ya kula da Daniyel, Hananiya, Mishayel , da Azariya: "Ka gwada mu na tsawon kwana goma a kan abinci mai sauƙi na kayan lambu da ruwa. Sannan ka kwatanta mu da samarin da ke cin abinci daga menu na sarki. Ka yanke shawara bisa ga abin da ka gani."
14-16 Mai hidimar ya yarda ya yi hakan, ya kuma ba su kayan
lambu da ruwa na tsawon kwana goma. Bayan kwanaki goma, sai suka yi kyau suka kuma fi sauran waɗanda suka ci abincin sarki ƙarfi. Don haka mai hidimar ya ci gaba da keɓe su daga abincin sarki, yana ba su kayan lambu kawai.
17-19 Allah ya ba waɗannan samarin huɗu ilimi da ƙwarewa a
cikin littattafai da rayuwa. Bugu da ƙari, Daniyel yana da baiwar fahimtar kowane irin wahayi da mafarkai. A ƙarshen lokacin da sarki ya ƙayyade don horar da su, shugaban ma'aikatan sarki ya kawo su wurin Nebukadnezzar. Lokacin da sarki ya yi musu hira, ya same su sun fi sauran samarin

kyau. Babu wanda ya dace da Daniel, Hananiya, Mishael , da Azariya.
19-20 Sai suka ɗauki matsayinsu a cikin hidimar sarki. Duk lokacin da sarki ya yi shawara da su kan komai, ko a kan littattafai ko a kan rayuwa, sai ya same su sau goma fiye da duk masu sihiri da masu sihiri a cikin mulkinsa.
21 Daniyel ya ci gaba da yi wa sarki hidima har zuwa shekara ta farko a mulkin Sarki Sairus.

Yaƙub 1:5-8
Saƙon
5-8 Idan ba ka san abin da kake yi ba, ka yi addu'a ga Uba. Yana son taimako. Za ka sami taimakonsa, kuma ba za ka ƙasƙantar da kai ba idan ka roƙe shi. Ka yi tambaya da ƙarfin hali, da imani, ba tare da wani tunani ba. Mutanen da suka "damu da addu'o'insu" kamar raƙuman ruwa ne da iska ta hura. Kada ka yi tunanin za ka sami wani abu daga Ubangiji ta wannan hanyar, ka nutse a cikin teku, kana kiyaye duk zaɓuɓɓukanka a buɗe.

6 na safe Baba, bari tsoron Ubangiji ya zama tushen ilmantarwa a makarantu, jami'o'i, da cibiyoyin horarwa.

Karfe 9 na safe Ina ƙin tsarin koyar da mutane da ke yaƙi da gaskiya, asali, ɗabi'a, da kuma sanin Allah.

12:00 na rana Ku tashe Daniels da Esthers da hikima, ƙwarewa, da kuma ƙarfin gwiwa a fannonin ilimi.

3pm Kowace manhaja da aka yi amfani da ita don daidaita duhu da rudani, a fuskanci gaskiya da juriya ta adalci.

6pm Ya Ubangiji, ka shafa wa malamai, malamai, masu bincike, da masu gudanarwa waɗanda za su yi tasiri cikin aminci.

Karfe 9 na dare Ina ba da umarnin farfaɗo da ingantaccen koyo, tunani mai kyau, da fahimtar ruhaniya tsakanin ɗalibai.

12 na safe Bari harabar jami'o'i su zama cibiyoyin farkawa, tuba, da sabunta ilimi a ƙarƙashin Kristi.

3 na safe Baba, ka kama dutsen ilimi ka juya shi daga yaudara zuwa tsari cikin gaskiya.

Rana ta 18 - Dutsen Ilimi: Hazikan Alkawari

Nassosi: Ishaya 54:13; Kubawar Shari'a 6:7;

Ishaya 54:13
Sabon Juyin Sarki James
13 Ubangiji
zai koya wa dukkan 'ya'yanku , Kuma zaman lafiya mai girma *zai kasance* ga 'ya'yanku.

Kubawar Shari'a 6:7
Sabon Juyin Sarki James
7 Za ku koya wa 'ya'yanku su da himma, kuma za ku yi ta magana a kansu lokacin da kuke zaune a gidanku, lokacin da kuke tafiya a hanya, lokacin da kuke kwanciya, da lokacin da kuke tashi.

Ishaya 54:13-17
Sakon
11-17 "Birnin da ke cikin wahala, guguwa ta yi ƙarfi, ba a jin tausayinsa ba:
Zan sake gina ku da duwatsun turquoise, Ku kafa harsashin ku da saffir, ku gina hasumiyoyin ku da lu'ulu'u, ƙofofin ku da lu'ulu'u, da dukkan ganuwar ku da duwatsu masu daraja. Duk 'ya'yanku za su sami Allah a matsayin malaminsu—abin koyi ga 'ya'yanku! Za a gina ku da ƙarfi, a cikin adalci, nesa da kowace matsala—babu abin tsoro! nesa da tsoro—ba zai matso kusa ba! Idan wani ya kai muku hari, kada ku yi zaton na aiko su, Kuma idan wani ya kai hari, babu abin da zai fito daga gare shi.
Ni ne na halicci maƙerin
da ke harba bindigarsa ya yi makamin da aka tsara don

kashewa. Ni ne kuma na ƙirƙiri mai lalata— amma ba a taɓa ƙirƙira wani makami da zai iya cutar da ku ba. Duk wani mai ƙara da ya kai ku kotu za a kore shi a matsayin maƙaryaci. Wannan shine abin da bayin Allah za su iya tsammani. Zan tabbatar da cewa komai ya yi kyau." Umarnin Allah.

Kubawar Shari'a 6:7-9
Saƙon
6-9 Rubuta waɗannan umarni da na ba ku a yau a cikin zukatanku. Ku sanya su a cikin zuciyarku sannan ku sanya su a cikin 'ya'yanku. Ku yi magana game da su duk inda kuke, kuna zaune a gida ko kuna tafiya a kan titi; ku yi magana game da su tun daga lokacin da kuka tashi da safe har zuwa lokacin da kuka kwanta da dare. Ku ɗaure su a hannunku da goshinku don tunatarwa; ku rubuta su a ginshiƙan ƙofofin gidajenku da kuma a ƙofofin birninku.

6am Ya Ubangiji, bari haskenka ya haskaka ga ɗalibai da masu tunani har sai ƙwarewa ta zama shaida ta hikimar Allah.

Karfe 9 na safe Ina neman hikima ba tare da zargi ba ga duk wani mai imani da ke aiki a fannin ilimi, manufofi, da bincike.

12:00 na rana , a cire duk wani rufa-rufa da ke rufe zukatanmu; duk wani rufa-rufa da ke adawa da gaskiya, a karya shi.

Karfe 3 na yamma Bari kirkire-kirkire, gano abubuwa, da fahimta su kwarara zuwa ga waliyyai domin kawo sauyi a cikin al'umma da kuma shaida mulki.

6pm Uba, ka ba wa 'ya'yanmu da shugabanninmu fahimta mai kyau tare da tawali'u da tsarki.

Karfe 9 na dare na ba da umarnin cewa rudani, rashin daidaito, da kuma tabarbarewar ilimi ba za su bayyana wannan tsara ba.

12 na safe Bari ɗakunan karatu, dakunan gwaje-gwaje, da dakunan lacca su zama filayen haɗuwa ta allahntaka da kuma tasirin adalci.

3 na safe Ya Allah, ka saki basirar alkawari wadda za ta amsa matsalolin da ke damun al'ummai kuma ta ɗaukaka Almasihu a cikin al'ummai.

Rana ta 19 - Dutsen Media: Tsarkake Iska

Nassosi: Filibiyawa 4:8; Matiyu 12:36-37

Filibiyawa 4:8
Sabon Juyin Sarki James
Yi Bimbini a Kan Waɗannan Abubuwa
8 A ƙarshe, 'yan'uwa, duk abin da yake gaskiya, duk abin da *yake* da daraja, duk abin da *yake* adalci, duk abin da *yake da* tsarki, duk abin da *yake da* kyau, duk abin da *yake* da kyakkyawan suna, idan *akwai* wani nagarta, idan kuma *akwai* abin da ya cancanci yabo, ku yi tunani a kan waɗannan abubuwa.

Matiyu 12:36-37
Sabon Juyin Sarki James
36 Amma ina gaya muku, duk maganar banza da mutane ke faɗa, za su ba da lissafinta a ranar shari'a. 37 Domin ta wurin maganarku za a baratar da ku, ta wurin maganarku kuma za a hukunta ku."

Filibiyawa 4:8-9
Saƙon
8-9 A taƙaice dai, abokaina, zan ce za ku yi iya ƙoƙarinku ta hanyar cika zukatanku da yin bimbini a kan abubuwa na gaskiya, masu daraja, masu daraja, na gaske, masu jan hankali, masu alheri—mafi kyau, ba mafi muni ba; kyawawan abubuwa, ba mummuna ba; abubuwan da za a yaba, ba abubuwan da za a la'anta ba. Ku yi aiki da abin da kuka koya daga gare ni, abin da kuka ji kuma kuka gani kuma kuka fahimta. Ku yi haka, Allah, wanda yake sa komai ya yi aiki tare, zai yi muku aiki cikin mafi kyawun jituwarsa.

Matiyu 12:36-37
Saƙon
34-37 "Kana da tunani kamar ramin maciji! Ta yaya kake tsammanin abin da kake faɗa yana da daraja alhali kana da irin wannan tunanin banza? Zuciyarka ce, ba ƙamus ba, ke ba da ma'ana ga kalmominka. Mutumin kirki yana samar da ayyuka masu kyau da kalmomi lokaci bayan lokaci. Mugun mutum cuta ce a gonar inabi. Bari in gaya maka wani abu: Kowanne daga cikin waɗannan kalmomin rashin kulawa zai dawo ya same ka. Za a yi lokacin hisabi. Kalmomi suna da ƙarfi; ka ɗauke su da muhimmanci. Kalmomi na iya zama cetonka. Kalmomi kuma na iya zama la'anarka."

6 na safe Baba, ka tsarkake hanyoyin sadarwa, dandamali, da hanyoyin sadarwa da suka gurɓata da ƙarya, lalata, da tashin hankali.

Karfe 9 na safe Ina kama labaran aljanu waɗanda ke daidaita mugunta kuma suna sa mutane su daina yin zunubi.

12:00 na rana Bari a warwatse duk wani shiri na kafofin watsa labarai da aka gina da makamai don yakar gaskiya da adalci.

3pm Taro 'yan jarida, masu watsa shirye-shirye, marubuta, editoci, da masu ƙirƙira waɗanda ke tsoron Allah kuma suna girmama gaskiya.

Da ƙarfe 6 na yamma na ba da umarnin cewa za a fallasa shaidun ƙarya, rahotannin da aka yi wa magudi, da farfaganda kuma a soke su.

9pm Ya Allah, ka ba wa mutanenka hikimar fahimtar abin da suke ci, rabawa, faɗaɗawa, da kuma yin biki.

12 na safe Bari dutsen kafofin watsa labarai ya zama hanyar gaskiya, kyau, jarumtaka, da kuma shaidar fansa.

3 na safe Ya Allah, ka yi shiru da harshen ƙarya ka kuma kafa muryoyin da za su warkar, su haskaka, su kuma farkar da al'ummai.

Rana ta 20 - Dutsen Media: Saƙonnin Mulki

Nassosi: Zabura 68:11; 2 Tasalonikawa 3:1

Zabura 68:11
Sabon Juyin Sarki James
11 Ubangiji ya ba da umarni;
Babban taron waɗanda suka yi shelarsa *ya* yi yawa .

2 Tasalonikawa 3:1
Sabon Juyin Sarki James
Yi Mana Addu'a
3 A ƙarshe, 'yan'uwa, ku yi mana addu'a, domin maganar
Ubangiji ta yi gudu *da sauri* ta kuma sami ɗaukaka, kamar
yadda *take* a gare ku,

Zabura 68:11-14
Saƙon
11-14 Ubangiji ya ba da umarni;
dubbai sun yi shelar bishara: "Sarakunan runduna suna gudu,
suna gudu!" Yayin da matan gida, lafiya lau, suka dawo gida,
suka raba ganima, suka kuma raba ganima ta azurfa da
zinariya ta Kan'aniyawa. A ranar da Shaddai ya warwatsa
sarakuna, dusar ƙanƙara ta faɗi a kan Baƙin Dutse.

2 Tasalonikawa 3:1-3
Saƙon
Waɗanda Suke Rasa
3 1-3 Abu ɗaya kuma, abokai: Ku yi mana addu'a. Ku yi addu'a
cewa Kalmar Jagora za ta tashi ta yi ta yawo a cikin ƙasar
zuwa ga tushen amsa, kamar yadda ta yi a tsakaninku . Kuma
ku yi addu'a a cece mu daga waɗannan masu tayar da hankali
waɗanda ke ƙoƙarin sa mu shiga. Ina ganin ba duk "masu

imani" ne masu imani ba. Amma Ubangiji ba ya taɓa barin mu ba. Zai tsaya tare da ku kuma ya kare ku daga mugunta.

6am Ya Ubangiji, ka saki kalmar Ubangiji da ƙarfi ka kuma ba wa mutanenka harshen nasara.

9 na safe Bari a ƙarfafa manzannin gaskiya don su buga adalci a duk faɗin dandamalin da ake da su.

12 na rana Ina ba da umarni cewa bishara za ta gudana cikin sauri ta hanyar hanyoyin dijital, bugu, gani, da magana.

3pm Duk wata adawa ta algorithms ga gaskiya da kuma duk wata ɓoyayyar son zuciya ga adalci, Allah zai kawar da ita.

6pm Baba, ka bamu dabarun sadarwa wanda ke huda yaudara kuma ya isa ga zukata da daidaito.

9 na dare Bari shaida, koyarwa, shaidar annabci, da kuma fahimtar Littafi Mai Tsarki su sami karɓuwa ta musamman a wannan kakar.

Karfe 12 na safe Ina kira ga masu sadarwa masu kirkire-kirkire, masu ladabi, kuma marasa tsoro waɗanda ba za su yi biyayya ga ruhin wannan zamani ba.

3 na safe Ya Ubangiji, ka mallaki dutsen kafofin watsa labarai ka sa shi ya zama abin farkawa, adalci, da ci gaban mulkin Almasihu.

Rana ta 21 - Dutsen Kasuwanci: Arziki Mai Ma'ana

Nassosi: Kubawar Shari'a 8:18; Kubawar Shari'a 32:13

Kubawar Shari'a 8:18
Sabon Juyin Sarki James
18 "Ku tuna da Ubangiji Allahnku, domin *shi ne* yake ba ku iko ku sami wadata, domin ya [a] cika alkawarinsa wanda ya rantse wa kakanninku, kamar yadda *yake* a yau."

Kubawar Shari'a 32:13
Sabon Juyin Sarki James
13 "Ya sa shi ya hau kan tuddai na duniya,
Domin ya ci amfanin gonaki; Ya sa shi ya sha zuma daga dutse, Da kuma mai daga dutsen ƙanƙara.

Kubawar Shari'a 8:18
Saƙon
17-18 Idan kun fara tunanin kanku, "Na yi duk wannan. Kuma ni kaɗai. Ni mai arziki ne. Duk nawa ne!" - to, ku sake tunani. Ku tuna cewa Allah, Allahnku, ya ba ku ƙarfin samar da duk wannan dukiya don tabbatar da alkawarin da ya yi wa kakanninku - kamar yadda yake a yau.

Kubawar Shari'a 32:13-14
Saƙon
10-14 Ya same shi a cikin jeji,
a cikin jeji mara komai, cikin hamada mai cike da iska. Ya rungume shi, ya mai da hankali a kansa, yana kiyaye shi kamar ƙwayar idonsa. Yana kama da gaggafa tana shawagi a kan gidanta, tana rufe 'ya'yanta,
Sannan tana shimfiɗa fikafikanta, tana ɗaga su sama,
tana koya musu tashi. Allah kaɗai ne ya jagorance shi; babu

wani allahn da ya gani. Allah ya ɗaga shi a kan tuddai, domin ya ci amfanin gona a gonaki. Ya ciyar da shi da zuma daga dutse, mai daga duwatsun granite, kiwo na shanu da madarar tumaki, kyawawan yanka 'yan raguna da awaki, kyawawan raguna na Bashan, alkama mai kyau, da jinin inabi: ka sha ruwan inabi mai kyau!

6 na safe Uba, ka tuna da alkawarinka ka kuma ƙarfafa mutanenka su ƙirƙiri arziki don manufar mulki.

Karfe 9 na safe Ina ba da umarni ga albarkatun da aka binne, damar da aka yi watsi da su, da kuma ƙofofin ci gaba na halal don buɗewa ta hanyar yardar Allah.

12:00 na rana Duk wanda aka tilasta wa yin aiki da adalci, a tsawatar masa cikin sunan Yesu.

Karfe 3 na yamma A saki taskokin tsaunuka da kuma ɓoyayyun abubuwan duniya don ayyukan masarauta.

6pm Ya Ubangiji, ka tsarkake kwadayi, zamba, sulhu, da cin zarafi daga dutsen kasuwanci.

9 na dare Ina ba da umarni cewa masu imani a cikin kasuwanci za su ci gaba da adalci, karimci, da kuma kula da dabarun.

12 na safe Bari kasuwanci su daidaita da sama su tashi, su daidaita, su ninka, su zama hanyoyin samun aiki da jinkai.

3 na safe Ya Allah, ka canja albarkatu daga bauta zuwa manufa ka kuma sanya arziki ya zama amsar ajandarka.

Rana ta 22 - Dutsen Kasuwanci: Layukan Samar da Kayayyaki Masu Shafawa

Nassosi: Irmiya 31:11-14; Ayuba 29:6

Irmiya 31:11-14
Sabon Juyin Sarki James
11 Gama Ubangiji ya fanshi Yakubu,
Ya fanshe shi daga hannun wanda ya fi shi ƙarfi.
12 Saboda haka za su zo su yi waƙa a tsaunin Sihiyona,
suna yawo zuwa ga alherin Ubangiji—Domin alkama da
ruwan inabi da mai, Ga 'ya'yan tumaki da shanu; Rayukansu
za su zama kamar lambu mai ruwa sosai, Ba za su ƙara yin
baƙin ciki ba.
13 "Sa'an nan budurwa za ta yi farin ciki da rawa,
Samari da tsofaffi, tare; Gama zan mai da makokinsu farin
ciki, Zan ta'azantar da su, In sa su yi farin ciki maimakon
baƙin ciki.
14 Zan [a] gamsar da ran firistoci da yalwa,
Jama'ata kuma za su gamsu da alherina, in ji Ubangiji."

Ayuba 29:6
Sabon Juyin Sarki James
6 Lokacin da aka wanke matakalata da man shafawa,
Dutse kuma ya zuba kogunan mai a gare ni !

Irmiya 31:11-14
Saƙon
10-14 "Ku ji wannan, al'ummai! Jawabin Allah!
Ku yaɗa wannan a ko'ina cikin duniya! Ku ce musu, 'Wanda
ya warwatsa Isra'ila
zai sake tattara su.
Daga yanzu zai kula da su sosai, kamar makiyayi tare da

garkensa.' Ni, Allah, zan biya kuɗin fansa mai tsanani ga Yakubu; Zan 'yantar da shi daga hannun mai zaluncin Babila. Mutane za su hau kan tuddan Sihiyona suna ihu da farin ciki, fuskokinsu za su yi sheƙi saboda alherin Allah—Hatsi da ruwan inabi da mai, garken tumaki, garken shanu. Rayuwarsu za ta zama kamar lambu mai ruwa sosai, ba za a sake barin ta bushe ba. 'Yan mata za su yi rawa su yi farin ciki, samari da tsofaffi za su shiga ciki. Zan mayar da kukansu zuwa dariya, jin daɗi mai yawa, in mamaye baƙin cikinsu da farin ciki. Zan tabbatar da cewa firistocinsu suna samun abinci sau uku a rana kuma mutanena suna da abin da ya isa.'" Umarnin Allah.

Ayuba 29:6
Saƙon
Lokacin da Allah Yake tare da ni
29 1-6 Yanzu Ayuba ya ci gaba da amsa:
"Kai, ina sha'awar kyawawan kwanakin da suka gabata, lokacin da Allah ya kula da ni sosai. Kullum yana riƙe da fitila a gabana, ni kuma ina tafiya cikin duhu ta haskensa. Kai, ina kewar waɗannan shekarun zinariya lokacin da abotar Allah ta ƙawata gidana, Lokacin da Mai Iko Dukka yake tare da ni, 'ya'yana kuma suna kewaye da ni, Lokacin da komai ke tafiya yadda nake so, kuma babu abin da ya yi mini wahala."

6am Ya Ubangiji, ka fanshi mutanenka ka kuma cika su da alheri a lokutan fari da rashin tabbas.

Karfe 9 na safe Ina ba da umarnin samar da kayayyaki na musamman ga ma'aikatu, iyalai, ayyukan mishan, da ayyukan masarauta.

12:00 na rana kowace zagayen asara, zubewa, da kuma rugujewar da ta kusa lalacewa, Allah zai katse ta.

3pm Bari yalwa ta kwarara inda rashin haihuwa ya dade, kuma bari aikin adalci ya ba da cikakken lada.

6 na yamma Uba, ka kafa layukan samar da kayayyaki masu tsafta, hadin gwiwa na gaskiya, da kuma mu'amala mai kariya ga mutanenka.

Karfe 9 na dare Ina umurtar a jinkirta a kofar tanadi don a ba da hanya ga hanzartawar Allah.

Karfe 12 na safe Bari mu cika da abubuwan da suka isa ga karimci, ayyukan da aka yi, da kuma fadada masarauta.

3 na safe Ya Ubangiji, ka mayar da karancin kudi zuwa shaida ka kuma sa mutanenka su zama shaidu a bayyane na wadatar alkawari.

Rana ta 23 - Dutsen Fasaha: Kerawa Mai Tsarki

Nassosi: Fitowa 31:1-5; Zabura 150:1-6

Fitowa 31:1-5
Sabon Juyin Sarki James
Masu sana'a don Gina Tashar
31 Ubangiji ya yi magana da Musa, ya ce, [2] "Ga shi, na kira
Bezalel ɗan Uri, ɗan Hur , daga kabilar Yahuza. [3] Na cika shi
da Ruhun Allah, cikin hikima, da fahimta, da ilimi, da kuma
cikin kowace *irin* sana'a, [4] don tsara ayyukan fasaha, da yin aiki
da zinariya, da azurfa, da tagulla, [5] da sassaka duwatsu masu
daraja don saitawa, da sassaka itace, da kuma yin kowane *irin*
aiki.

Zabura 150
Sabon Juyin Sarki James
Bari Duk Abu Yabo Yabo Ga Ubangiji
150 Yabo [a] ga Ubangiji!
Ku yabi Allah a cikin Wuri Mai Tsarki;
Ku yabe shi a cikin sararin sama mai girma !
[2] Ku yabe shi saboda manyan ayyukansa;
Ku yabe shi bisa ga girmansa mai girma!
[3] Ku yabe shi da sautin ƙaho [c] ;
Ku yabe shi da garaya da garaya!
[4] Ku yabe shi da kiɗa da rawa;
Ku yabe shi da kayan kida da sarewa!
[5] Ku yabe shi da kuge masu ƙarfi;
Ku yabe shi da kuge masu ƙarfi!
[6] Bari duk abin da ke da numfashi ya yabi Ubangiji.
[d] Yabo ga Ubangiji!

Fitowa 31:1-5
Saƙon
Bezalel da Oholiab
31 [1-5] Allah ya yi magana da Musa, ya ce, "Duba abin da na yi; na zaɓi Bezalel ɗan Uri, ɗan Hur, daga kabilar Yahuza. Na cika shi da Ruhun Allah, na ba shi ƙwarewa da ilimi da ƙwarewa a cikin kowace irin sana'a don yin ƙira da aiki da zinariya, azurfa, da tagulla, don yankan duwatsu masu daraja da kuma sassaka itace—shi mai fasaha ne a kowane fanni.

Zabura 150
Saƙon
150 [1-6] Haleluya!
Ku yabi Allah a cikin gidansa mai tsarki na bauta, ku yabe shi a ƙarƙashin sararin sama; Ku yabe shi saboda ayyukansa na iko, ku yabe shi saboda girmansa mai girma; Ku yabe shi da busa ƙaho, ku yabe shi da igiyoyi masu laushi; Ku yabe shi da castanets da rawa, ku yabe shi da banjo da sarewa; Ku yabe shi da kuge da babban ganga na bass, ku yabe shi da fiddles da mandolin. Bari kowace halitta mai rai, mai numfashi ta yabe Allah! Haleluya!

6 na safe Uba, dawo da kerawa, fasaha, da tunani don ɗaukakarka ba don tawaye ba.

Karfe 9 na safe Ina karya tasirin duhu a kan kiɗa, fim, salon zamani, labarai, da kuma wasan kwaikwayo.

12:00 na rana Tada masu fasaha masu tsarki cike da fasaha, hikima, kyau, da kuma jarumtaka mai tsarki.

3pm Duk wani bagadi da ke amfani da kerawa don ɗaukaka mugunta, tashin hankali, da bautar gumaka, za a rushe shi.

6pm Ya Ubangiji, bari waƙoƙi, hotuna, labarai, da wasanni su zama masu ɗauke da gaskiya da yakini.

Karfe 9 na dare Na ba da umarnin cewa ba za a sake mika wa maƙiya yankin dutse mai fasaha ba.

12 na safe Bari masu bauta, marubuta, masu zane-zane, 'yan wasan kwaikwayo, da mawaƙa su haɗu da Allah sosai kuma su ƙirƙira daga ambaliya.

3am Ya Allah, ka saki kyau da aka aura da gaskiya da nagarta da aka aura da tsarki a fannin ƙirƙira.

Rana ta 24 - Dutsen Fasaha: Fansar Al'adu

Nassosi: Ishaya Wahayin Yahaya 21:24-26; Farawa 1:26-27; Zabura 96:1-3

Ru'ya ta Yohanna 21:24-26
Sabon Juyin Sarki James
24 Al'ummai [a] waɗanda aka ceta za su yi tafiya cikin haskenta,
sarakunan duniya kuma za su kawo ɗaukaka da ɗaukakarsu [b]
a cikinta. 25 Ba za a rufe ƙofofinta ba ko kadan da rana (ba
dare a can). 26 **Za su kuma kawo ɗaukaka da** ɗaukakar al'ummai a cikinta .

Farawa 1:26-27
Sabon Juyin Sarki James
26 Sai Allah ya ce, "Bari Mu yi mutum cikin siffarmu, bisa ga
kamanninmu; su mallaki kifayen teku, da tsuntsayen sama, da
dabbobi, da dukan duniya, da kuma kowace abu mai rarrafe da ke rarrafe a
duniya." 27 **Allah** ya halicci mutum cikin *siffarsa* ; cikin siffar Allah
ya halicce shi; namiji da mace ya halicce su.

Zabura 96:1-3
Sabon Juyin Sarki James
Waƙar Yabo ga Allah Tana Zuwa Cikin Hukunci
96 Kai, ku rera wa Ubangiji sabuwar waƙa!
Ku rera wa Ubangiji, ku dukan duniya.
2 Ku rera wa Ubangiji waƙa, ku yabi sunansa;
Ku yi shelar cetonsa kowace rana.
3 **Ku** yi shelar ɗaukakarsa a tsakanin al'ummai,
da abubuwan al'ajabinsa a tsakanin dukkan al'ummai

Ru'ya ta Yohanna 21:24-27
Saƙon

15-21 Mala'ikan da ke magana da ni yana da sandar auna zinare don auna birnin , ƙofofinsa, da bangonsa. An shimfida birnin a cikin murabba'i mai kyau. Ya auna birnin da sandar aunawa: mil ɗari biyar, tsawonsa, faɗinsa, da tsayinsa duka daidai suke. Ta amfani da ma'aunin da aka saba, Mala'ikan ya auna kauri bangonsa: yadi saba'in da biyu. Bangon ya kasance jasper, launin ɗaukaka, kuma birnin zinariya ce tsantsa, mai haske kamar gilashi. An ƙawata harsashin bangon birnin da kowace dutse mai daraja da za a iya zato: tushe na farko yasper, na biyu saffir, na uku agate, na huɗu emerald, na biyar onyx, na shida carnelian, na bakwai chrysolite, na takwas beryl, na tara topaz, na goma chrysoprase, na goma chrysoprase, na goma 11 yacinth, na goma sha biyu amethyst. Kofofi goma sha biyu lu'ulu'u ne, kowace ƙofa lu'u-lu'u ɗaya ce.

21-27 Babban titin birnin zinariya ce tsantsa, mai haske kamar gilashi. Amma babu alamar Haikali, domin Ubangiji Allah—Mai Ikon Mulki—kuma Ɗan Rago su ne Haikalin. Birnin ba ya buƙatar rana ko wata don haske. Ɗaukakar Allah ita ce haskensa, Ɗan Rago kuma fitilarsa! Al'ummai za su yi tafiya cikin haskensa, sarakunan duniya kuma za su kawo ɗaukakarsu. Ba za a taɓa rufe ƙofofinsa da rana ba, kuma ba za a yi dare ba. Za su kawo ɗaukaka da ɗaukakar al'ummai cikin Birnin . Babu wani abu mai ƙazanta ko ƙazanta da zai shiga Birnin , kuma babu wanda ya ƙazanta ko ya yaudare shi. Sai waɗanda aka rubuta sunayensu a cikin Littafin Rai na Ɗan Rago ne za su shiga.

Farawa 1:26-28
Saƙon
26-28 Allah ya yi magana: "Bari mu yi mutane cikin siffarmu, mu sa su
yi kama da yanayinmu domin su iya ɗaukar nauyin kifaye a cikin teku, tsuntsayen sama, shanu, da kuma, hakika, duniya kanta, da kowace dabba da ke motsi a kan duniya."
Allah ya halicci mutane;
ya halicce su kamar Allah, Yana nuna yanayin Allah. Ya halicce su maza da mata. Allah ya albarkace su: " Ku wadata!

Ku hayayyafa! Ku cika duniya! Ku kula!
Ku kula da kifaye a cikin teku da tsuntsaye a cikin sama, da kuma kowace halitta mai rai da ke motsi a kan duniya."

Zabura 96:1-3
Saƙon
96 [1-2] Ku rera wa Allah sabuwar waƙa!
Duniya da duk wanda ke cikinta, ku rera! Ku rera wa Allah—
ku bauta wa Allah!
[2-3] Ku yi shelar nasararsa daga teku zuwa teku,
Ku kai labarin ɗaukakarsa ga waɗanda suka ɓace, Labarin abubuwan al'ajabinsa ga kowa!

6am Ya Ubangiji, bari a mayar da dukiya, kulawa, da tasirin al'adu zuwa ga abin da ke girmama ka.

9 na safe Ina kira sabon sauti da sabon shaida wanda ke shelar ɗaukakarka a tsakanin al'ummai.

12:00 na rana Kowace bauta ta al'adu da ke daidaita duhu, yanzu ka karya ƙarƙashin ikon mulkin Allah mafi girma.

Karfe 3 na yamma Bari masu ƙirƙira waɗanda suka yi imani da mulkin mallaka su mamaye dandamali, situdiyo, gidajen tarihi, da gidajen sinima da iko.

6pm Uba, ka fanshi son jama'a, tunanin gama gari, da sha'awar ƙasa daga cin hanci da rashawa.

Karfe 9 na dare na yi umarni cewa ba za a sake rabuwa da kyau daga gaskiya ba kuma ba za a sake raba kerawa da lamiri ba.

12 na safe Bari fasaha ta zama filin haɗuwa ta allahntaka inda masu ɓarna za su juya kuma masu neman su ga ɗaukakarka.

3 na safe Ya Ubangiji, ka mamaye al'adu da haske mai tsarki ka sa al'ummai su ji sautin farkawa.

Rana ta 25 - Addini da Coci: Wutar Farfaɗowa

Nassosi: 2 Labarbaru 7:14; Romawa 15:30-32

2 Labarbaru 7:14
Sabon Juyin Sarki James
14 Idan mutanena waɗanda ake kira da sunana za su ƙasƙantar
da kansu, su yi addu'a, su nemi fuskata, su juyo daga mugayen
ayyukansu, to, zan ji daga Sama, in gafarta musu zunubansu,
in kuma warkar da ƙasarsu.

Romawa 15:30-32
Sabon Juyin Sarki James
30 Yanzu ina rokonku, 'yan'uwa, ta wurin Ubangiji Yesu
Kiristi, da kuma ta wurin ƙaunar Ruhu, ku yi ƙoƙari tare da ni
cikin addu'o'i ga Allah saboda ni, 31 domin a cece ni daga
waɗanda ba su yi imani da ni a Yahudiya , kuma domin hidimar da
nake yi wa Urushalima ta zama abin karɓa ga tsarkaka, 32
domin in zo wurinku da farin ciki ta wurin nufin Allah, in
kuma huta tare da ku.

2 Labarbaru 7:14-18
Saƙon
12-18 Allah ya bayyana wa Sulemanu a wannan daren, ya ce, "Na
karɓi addu'arka; eh, na zaɓi wannan wuri a matsayin haikali
don hadaya, gidan ibada. Idan na taɓa rufe ruwan sama ko na
umarci fara su cinye amfanin gona ko kuma in aika annoba ga
mutanena, kuma mutanena, mutanen da Allah ya ayyana, suka
amsa ta hanyar ƙasƙantar da kansu, suna addu'a, suna neman
kasancewara, da kuma juya baya ga mummunan rayuwarsu,
zan kasance a shirye dominku: Zan saurara daga sama, in
gafarta musu zunubansu, in kuma dawo da ƙasarsu lafiya.
Daga yanzu ina cikin shiri dare da rana ga addu'o'in da ake yi

a wannan wuri. Ku yi imani da ni, na zaɓi kuma na tsarkake wannan Haikali da kuka gina: Sunana yana nan a kansa har abada; idanuna suna kan sa, zuciyata kuma tana cikinsa koyaushe. Amma kai, idan ka rayu a gabana kamar yadda mahaifinka Dawuda ya rayu, tsarkakakku a zuciya da aiki, kana rayuwa cikin rayuwar da na shirya maka, kana biyayya ga jagora da hukunce-hukuncena, to, zan goyi bayan mulkin sarautarka a kan Isra'ila—ka mai da shi abin tabbata a kan tabbataccen abu. tushe. Garanti ɗaya na alkawari da na ba wa ubanka Dawuda da nake ba ka, wato, 'Kana iya dogara ga samun zuriya a kan gadon sarautar Isra'ila koyaushe.'

Romawa 15:30-33
Saƙon
30-33 Ina da roƙo ɗaya, abokaina ƙaunatattu: Ku yi mini addu'a. Ku yi addu'a da ƙarfi tare da ni kuma a gare ni—ga Allah Uba, ta wurin ikon Ubangijinmu Yesu, ta wurin ƙaunar Ruhu—domin a cece ni daga kogon zakoki na marasa bangaskiya a Yahudiya. Ku kuma yi addu'a cewa sadakar taimako ta ga masu bi na Urushalima za a karɓa cikin ruhun da aka ba ni. Sa'an nan, da yardar Allah, zan kasance a kan hanyata zuwa gare ku da zuciya mai haske da himma, ina fatan samun wartsakewa daga rakiyarku. Amincin Allah ya tabbata a gare ku duka. Oh, eh!

6 na safe Ya Uba, ka mayar da Cocinka ga tawali'u, tuba, da addu'ar alkawari.

Karfe 9 na safe Ina ƙoƙari tare cikin addu'a tare da tsarkaka don farfaɗowa, tsarki, da kuma sabon zubowar Ruhu Mai Tsarki.

12 na rana Bari ikilisiyoyi masu barci su farka su bar busassun bagadai su sake ƙonewa.

3pm Duk wani juriya ga farfaɗowa da ya samo asali daga girman kai, al'ada, da zunubin ɓoye, za a karya shi.

6 na yamma Ya Ubangiji, ziyarci ƙungiyoyin addini, zumunci, hidima, da kuma hanyoyin addu'a tare da wutar tsarkakewa.

Karfe 9 na dare Ina ba da umarni a yi sabon baftisma na yunwa ga kalma, bauta, tsarki, da nauyin bishara.

12 na safe Bari mu'ujizai, tabbatacciya, sulhu, da ceto su koma tsakiyar rayuwar coci.

3 na safe Ya Allah, ka farfaɗo da aikinka a tsakiyar shekaru ka kuma bar Cocin ta sake zama ƙarfin canji.

Rana ta 26 - Addini da Coci: Kare Sauran

Nassosi: Zabura 92:8,14; Matiyu 26:41

Zabura 92:8
Sabon Juyin Sarki James
8 Amma kai, Ya Ubangiji, *kana* sama har abada.

Zabura 92:14
Sabon Juyin Sarki James
14 Za su ci gaba da yin -ya'ya a tsufa;
Za su yi sabo da kuma bunƙasa ,

Matiyu 26:41
Sabon Juyin Sarki James
41 Ku yi tsaro ku yi addu'a, kada ku shiga jaraba. Ruhu yana so
, amma jiki rarrauna *ne* ."

Zabura 92:8-9
Saƙon
4-9 Ka faranta mini rai ƙwarai, Allah.
Na ga aikinka kuma na yi ihu don farin ciki. Aikinka mai girma ne, Allah! Tunaninka mai zurfi! Masu mugunta ba sa lura da abin da kake yi; wawaye ba sa fahimta. Lokacin da miyagu suka bayyana kamar ciyawa kuma duk mugayen maza da mata suka mamaye, Ka sare su, Ka gama su gaba ɗaya. Kai, Allah, Maɗaukaki ne kuma Madawwami. Ka dubi maƙiyanka, Allah!
Ka dubi maƙiyanka—lalatattu!
An warwatse zuwa iska, duk waɗannan ma'aikatan mugunta!

Zabura 92:14
Saƙon

10-14 Amma ka ƙarfafa ni a matsayin bison mai caji,
ka girmama ni da faretin biki. Ganin yadda masu suka na ke
sauka har yanzu sabo ne, nasarar masu zagina masu mugunta.
Kunnuwana sun cika da sautin alkawari: " Mutanen kirki za su
yi girma kamar itatuwan dabino,
Su yi tsayi kamar itatuwan al'ul na Lebanon; an dasa su a
farfajiyar Allah, Za su yi tsayi a gaban Allah, su yi haske da
kore, su yi ƙarfi har yanzu a tsufa."
Matiyu 26:41
Saƙon
40-41 Da ya dawo wurin almajiransa, sai ya same su suna barci.
Ya ce wa Bitrus, "Ba za ka iya barin sa'a ɗaya da ni ba? Ka yi
tsaro; ka yi addu'a don kada ka shiga cikin jaraba ba tare da
sanin cewa kana cikin haɗari ba. Akwai wani ɓangare naka
wanda yake da himma, a shirye yake don komai a cikin Allah.
Amma akwai wani ɓangare kuma wanda yake da kasala kamar
tsohon kare da ke barci a kusa da wuta."

6am Ya Ubangiji, ka kiyaye masu adalci ka kuma kiyaye sauran su kasance masu albarka, sabo, da kuma bunƙasa a cikin tsofaffin yanayi masu wahala.

Karfe 9 na safe Ina samun alherin kallo da addu'a domin kada jaraba ta same ni ko kuma tsarkaka.

12:00 na rana Duk wani makirci da aka yi wa masu roƙo, shugabanni, da masu imani masu aminci, ya gaza cikin sunan Yesu.

3pm Bari tushen masu adalci ya zurfafa kuma shaidarsu ta kasance kore kuma mai rai.

6pm Uba, ka kare bayinka daga badakala, gajiya, karaya, da kuma kwanton bauna na ruhaniya.

9 na dare Na ba da umarnin cewa ba za a kashe ragowar ba; zai yi ƙarfi a ƙarƙashin matsin lamba.

12 na safe Bari a wartsake masu aminci na ɓoye ta hanyar sama kuma a ƙarfafa su da mai mai ɗorewa.

3 na safe Ya Allah, ka kiyaye sauran masu addu'a har sai nasarar ƙasa da ta tsara ta bayyana.

Rana ta 27 - Dutse na Iyali: Aure a Karkashin Titi

Nassosi: Matiyu 19:6; Mai-Wa'azi 4:12

Matiyu 19:6
Sabon Juyin Sarki James
6 Don haka, ba su zama biyu ba, amma jiki ɗaya ne. Saboda haka, abin da Allah ya haɗa, kada mutum ya raba."

Mai-Wa'azi 4:12
Sabon Juyin Sarki James
12 Ko da yake ɗaya zai iya cin nasara a kan wani, mutum biyu za su iya tsayayya da shi.
Kuma igiya mai ribi uku ba ta karyewa da sauri.

Matiyu 19:6
Saƙon
4-6 Ya amsa, "Shin ba ka karanta a cikin Littafi Mai Tsarki cewa Mahalicci ya halicci namiji da mace don junansu ba, namiji da mace? Kuma saboda haka, mutum ya bar uba da uwa ya kuma kasance da alaƙa da matarsa, ya zama jiki ɗaya - ba jiki biyu ba amma ɗaya. Domin Allah ya halicci wannan haɗin kai na halitta na jinsi biyu, babu wanda ya kamata ya ƙazantar da fasaharsa ta hanyar raba su."

Mai-Wa'azi 4:12
Saƙon
12 Da kanka ba ka da kariya.
Da abokinka za ka iya fuskantar mafi munin yanayi. Za ka iya tara na uku? Igiya mai igiya uku ba ta da sauƙin tsinkewa.

6 na safe Uba, abin da ka hađa, kada ka bari ƙarfin jahannama, nama, ko al'ada ya wargaje.

Karfe 9 na safe na karya ruhin rabuwa, cin amana, nisan motsin rai, da kuma cin zarafi da ba a warware ba wanda ke kai hari ga aure.

12:00 na rana Bari a dawo da ƙaunar alkawari, gaskiya, haƙuri, da kuma girmama juna a gidajen da ke cikin mawuyacin hali.

3pm Duk wata murya mai ban mamaki da ke fafatawa da hađin kai na Allah, a yi shiru da ikon Yesu Kiristi.

6pm Ya Ubangiji, warkar da aminci, gyara sadarwa, da kuma dawo da hađin gwiwa ta ruhaniya tsakanin miji da mata.

9 na dare Na ba da umarni cewa aure zai zama bagadin yarjejeniya da injunan ƙaddara, ba fagen fama na ɓata ba.

12 na safe Bari a fallasa duk wani makircin maƙiyi da ya ɓoye a kan gidajen alkawari a kuma kawar da shi.

3am Ya Allah, ka ƙarfafa aure da alheri, tsarki, da igiya mai ninki uku wadda ba za a iya karya ta ba.

Rana ta 28 - Dutse na Gwamnati: Kofofi da Birane

Nassosi: Farawa 18:16-33; Misalai 29:2

Farawa 18:16-33
Sabon Juyin Sarki James
Ibrahim Ya Yi Addu'a Domin Saduma
16 Sai mutanen suka tashi daga can suka kalli Saduma, Ibrahim
kuma ya tafi tare da su don ya sallame su. 17 Ubangiji ya ce,
"Zan ɓoye wa Ibrahim abin da nake yi, 18 domin Ibrahim zai
zama babbar al'umma mai ƙarfi, dukkan al'umman duniya
kuma za su sami albarka ta wurinsa? 19 Gama na san shi,
domin ya umarci 'ya'yansa da iyalinsa a bayansa, su kiyaye
hanyar Ubangiji, su aikata adalci da adalci, domin Ubangiji ya
kawo wa Ibrahim abin da ya faɗa masa." 20 Ubangiji ya ce,
"Domin kukan da ake yi wa Saduma da Gwamrata yana da
yawa, kuma domin zunubinsu yana da tsanani ƙwarai, 21 Zan
sauka yanzu in ga ko sun aikata duka bisa ga kukan da aka yi
mini, idan kuwa ba haka ba, zan sani."
22 Sai mutanen suka juya daga can suka nufi Saduma, amma
Ibrahim ya tsaya a gaban Ubangiji. 23 Sai Ibrahim ya matso ya
ce, "Za ka kuma hallaka masu adalci tare da mugaye? 24 Da a
ce akwai masu adalci hamsin a cikin birnin, za ka kuma
hallaka wurin ba tare da ya bar *shi ba* saboda masu adalci
hamsin da ke cikinsa? 25 Ya yi nisa da kai ka yi irin wannan
abu, ka kashe masu adalci tare da mugaye, domin masu adalci
su zama kamar mugaye; ya yi nisa da kai! Shin ba za ka yi
adalci ba?"
26 Sai Ubangiji ya ce, "Idan na sami adalai hamsin a cikin
birnin Saduma, to, zan bar dukan wurin ya rayu saboda su."
27 Sai Ibrahim ya amsa ya ce, "Hakika, ni wanda *nake amma*
ƙura da toka sun ɗauka a kaina in yi magana da Ubangiji: 28 Da

a ce mutane biyar sun yi ƙasa da adalai hamsin, za ka hallaka birnin duka saboda *rashin* biyar?
Sai ya ce, "Idan na sami arba'in da biyar a can, ba zan lalata *shi ba.* "
29 Sai ya sake yi masa magana, ya ce, "Da a ce an sami arba'in a can?"
Sai ya ce, "Ba zan yi ba *saboda* arba'in."
30 Sai ya ce, "Kada Ubangiji ya yi fushi, zan yi magana: Da a ce an sami talatin a can?"
Sai ya ce, "Ba zan yi ba *idan* na sami talatin a wurin."
31 Ya ce, "To, na ɗauka a raina in yi magana da Ubangiji. Da a ce za a sami ashirin a can?"
Sai ya ce, "Ba zan hallaka *shi* saboda mutum ashirin ba."
32 Sai ya ce, "Kada Ubangiji ya yi fushi, zan sake yin magana sau ɗaya kawai: Da a ce an sami goma a wurin?"
Sai ya ce, "Ba zan hallaka *shi* saboda goma ba." 33 Ubangiji kuwa ya tafi da zarar ya gama magana da Ibrahim; Ibrahim kuma ya koma gidansa.

Karin Magana 29:2
Sabon Juyin Sarki James
2 Lokacin da masu adalci suke kan mulki, mutane suna murna;
Amma lokacin da mugaye ke *mulki* , mutane suna nishi.

Farawa 18:16-33
Saƙon
16 Da mutanen suka tashi za su tafi, suka tafi Saduma. Ibrahim ya tafi tare da su don ya yi bankwana.
17-19 Sai Allah ya ce, "Zan hana wa Ibrahim abin da zan yi? Ibrahim zai zama babbar al'umma mai ƙarfi; dukkan al'umman duniya za su sami albarka ta wurinsa. Hakika, na amince da shi a matsayin wanda zai horar da 'ya'yansa da iyalinsa na gaba su bi hanyar Allah, su rayu cikin alheri da karimci da adalci, domin Allah ya cika wa Ibrahim abin da ya alkawarta masa."
20-21 Allah ya ci gaba, "Kukan waɗanda aka kashe a Saduma da Gwamrata ya yi tsauri; zunubin waɗannan biranen yana da

yawa. Zan sauka in gani da kaina, in ga ko abin da suke yi
yana da muni kamar yadda yake sauti. Sai in sani."
22 Mutanen suka tafi Saduma, amma Ibrahim ya tsaya a kan
hanyar Allah, yana tare masa hanya.
23-25 Ibrahim ya yi masa magana, "Kai da gaske kake? Kana
shirin kawar da mutanen kirki tare da mugaye? Idan akwai
mutane hamsin masu kirki a cikin birnin fa? Za ka haɗa nagari
da mugaye ka kawar da ƙasar? Ba za ka bar birnin ba saboda
waɗannan mutane hamsin marasa laifi? Ba zan iya yarda za ka
yi haka ba, ka kashe nagari da mugaye kamar babu wani
bambanci a tsakaninsu. Shin, Alƙalin Duk Duniya ba zai yi
hukunci da adalci ba?"
26 Allah ya ce, "Idan na sami mutane hamsin nagari a cikin
birnin Saduma, zan bar wurin ya zama nasu kawai."
27-28 Ibrahim ya dawo, "Shin, ni mutum ne kawai da aka yi da
ɗan ƙaramin turɓaya, ina ƙoƙarin sake buɗe bakina ga
Ubangijina? Me zai faru idan hamsin ɗin suka gaza biyar - za
ka hallaka birnin saboda waɗanda suka ɓace biyar ɗin?"
Ya ce, "Ba zan lalata shi ba idan akwai arba'in da biyar."
29 Ibrahim ya sake cewa, "Ashe, ashe, arba'in kacal za ka
samu?"
"Ba zan hallaka shi ba idan har na yi arba'in."
30 Ya ce, "Malam, kada ka yi fushi da ni, amma fa a ce talatin
ne kawai aka samu?"
"A'a, ba zan yi ba idan na sami talatin."
31 Ya ci gaba da cewa, "Na san ina gwada haƙurinka, Malam,
amma yaya game da ashirin?"
"Ba zan lalata shi ba har sai da ashirin."
32 Bai daina ba, "Kada ka yi fushi, Malam—wannan shine karo
na ƙarshe. Me zai faru idan ka zo da goma kawai?"
"Don dalilai goma kawai, ba zan lalata birnin ba."
33 Bayan Allah ya gama magana da Ibrahim, sai ya tafi.
Ibrahim kuwa ya koma gida.

Karin Magana 29:2
Saƙon

2 Lokacin da mutanen kirki ke gudanar da abubuwa, kowa yana farin ciki,
amma idan mai mulki ya yi muni, kowa yana nishi.

6am Ubangiji, muna jayayya domin biranenmu kamar yadda Ibrahim ya yi sulhu;
a bar al'ummomi su yi wa juna alheri, su warkar, kuma su canza halayensu.

9 na safe Idan masu adalci suna kan mulki, bari mutane su yi farin ciki; kawar da mulkin zalunci da mulkin rashin imani.

12:00 na rana kowace yarjejeniya da zubar da jini, kwadayi, da muguntar yanki a ƙofofin birni, a karya ta.

3pm Baba, ka ɗaga masu tsaron ƙofa masu adalci a cikin majalisu, ƙananan hukumomi, da kuma tsarin yankuna.

Karfe 6 na yamma na ba da umarnin cewa biranenmu ba za a miƙa su ga tashin hankali, cin hanci da rashawa, da kuma rushewar ɗabi'a ba.

Karfe 9 na dare, a bar addu'a ta zama mallakin ƙofofin kuma a bar shugabanci mai hikima ya fito a matakin ƙananan hukumomi da na ƙasa.

12 na safe Duk wani da'awar shaidan da ke kan unguwanni, cibiyoyi, da yankuna masu mahimmanci, za a soke shi.

3 na safe Ya Allah, ka tuna da rahama a cikin shari'a ka bar birane su fuskanci ziyarar Allah maimakon halaka.

Rana ta 29 - Dutsen Ilimi: Ceto daga Kamawa da Hankali

Nassosi: 2 Korintiyawa 10:4-5; Romawa 12:2

2 Korintiyawa 10:4-5
Sabon Juyin Sarki James
4 Gama makaman yaƙinmu ba na jiki ba *ne* , amma masu ƙarfi ne a
cikin Allah don rushe wurare masu ƙarfi, 5 muna rushe
muhawara da kowace babbar abu da ke ɗaukaka kansa gaba
da sanin Allah, muna mai da kowane tunani cikin bauta ga
biyayyar Almasihu.

Romawa 12:2
Sabon Juyin Sarki James
2 Kada ku yi kama da wannan duniya, amma ku canza ta wurin
sabunta hankalinku, domin ku tabbatar da abin *da* nufin Allah
mai kyau da kuma abin karɓa da kuma cikakke yake.

2 Korintiyawa 10:4-6
Saƙon
3-6 Duniya ba ta da ƙa'ida. Kare ne mai cin kare! Duniya ba ta
yin yaƙi da adalci. Amma ba ma rayuwa ko yaƙi da yaƙe-
yaƙenmu ta wannan hanyar ba—ba mu taɓa yin ba kuma ba
za mu taɓa yin ba. Kayan aikin sana'armu ba don tallatawa ko
magudi ba ne, amma don rushe wannan al'adar da ta lalace
sosai. Muna amfani da kayan aikin Allahnmu masu ƙarfi don
rushe falsafar da ta lalace, rushe shingen da aka gina a kan
gaskiyar Allah, da sanya kowane tunani da motsin rai da
sha'awa cikin tsarin rayuwa da Kristi ya tsara. Kayan aikinmu
a shirye suke don share duk wani cikas da gina rayuwar
biyayya zuwa ga balaga.

Romawa 12:2

Sakon

Ka Sanya Rayuwarka Gaban Allah

12 [1-2] Don haka ga abin da nake so ka yi, Allah yana taimaka maka: Ka ɗauki rayuwarka ta yau da kullun—barcinka, cin abinci, zuwa aiki, da kuma yawo—ka kuma ajiye ta a gaban Allah a matsayin hadaya. Rungumar abin da Allah yake yi maka shine mafi kyawun abin da za ka iya yi masa. Kada ka daidaita da al'adunka sosai har ka dace da su ba tare da ma tunani ba. Madadin haka, ka mai da hankali ga Allah. Za a canza ka daga ciki zuwa waje. Ka fahimci abin da yake so daga gare ka cikin sauri, kuma ka amsa da sauri. Ba kamar al'adar da ke kewaye da kai ba, koyaushe yana jan ka zuwa matakin rashin girma, Allah yana kawo mafi kyawun daga cikinka, yana haɓaka balaga mai kyau a cikinka.

6 na safe Ya Uba, ka rusa kagara a cikin tunani, falsafa, da kuma ra'ayin duniya waɗanda ke ɗaukaka kansu a kan gaskiyarka.

Karfe 9 na safe Ina ɗaukar kowace ra'ayi mai tayar da hankali, jayayya ta al'adu, da kuma ɗaurin hankali da ke ƙin biyayya ga Kristi.

Karfe 12 na rana Bari sabunta tunani ya mamaye ɗalibai, malamai, da cibiyoyi.

3pm Duk wani alfahari na ilimi da ke yi wa Allah ba'a kuma yana ɓata fahimta, a ƙasƙantar da kai a ƙarƙashin hasken allahntaka.

6pm Ya Ubangiji, 'yantar da zukatanku daga rauni, ruɗani, lalata, da kuma bautar hankali.

9 na dare Ina ba da umarni cewa ɗaliban Kirista su yi tunani a sarari, bisa ga Littafi Mai Tsarki, da kuma ƙarfin hali.

12 na safe Bari azuzuwa su zama wurare inda gaskiya ke wargaza yaudara kuma ake farkar da manufa.

3am Ya Allah, ka mayar da hankalin wannan tsara ka daidaita su da hikimarka.

Rana ta 30 - Dutsen Kafafen Yaɗa Labarai: Bayyanar Ayyukan Ɓoye

Nassosi: Afisawa 5:11-14; Luka 8:17

Afisawa 5:11-14
Sabon Juyin Sarki James
11 Kuma kada ku yi tarayya da ayyukan duhu marasa amfani,
sai dai ku fallasa su . 12 Gama abin kunya ne a yi magana game da
abubuwan da suke yi a ɓoye. 13 Amma duk abin da aka fallasa , haske
ne ke bayyana shi, gama duk abin da aka bayyana shi haske
ne. 14 Saboda haka ya ce:
"Ka farka, kai mai barci,
Ka tashi daga matattu, Almasihu kuma zai ba ka haske."

Luka 8:17
Sabon Juyin Sarki James
17 Domin babu wani abu da yake ɓoye da ba za a bayyana ba,
ko kuma *wani abu* da yake ɓoye wanda ba za a bayyana shi ba.

Afisawa 5:11-16
Saƙon
11-16 Kada ku ɓata lokacinku a kan aiki mara amfani, kawai aiki mai wahala, da kuma neman duhu mara amfani. Ku fallasa waɗannan abubuwan don yaudarar su. Abin kunya ne lokacin da mutane ke ɓatar da rayuwarsu a kan abubuwan da dole ne su yi a cikin duhu inda babu wanda zai gani. Ku yayyage murfin waɗannan zamba ku ga yadda suke da kyau a cikin hasken Kristi.
Ka tashi daga barcinka,
Ka tashi daga cikin akwatin gawarka; Kristi zai nuna maka haske!

Don haka ku kula da matakinku. Yi amfani da hankalinku. Yi amfani da duk wata dama da kuka samu. Waɗannan lokaci ne na ɓakin ciki!

Luka 8:17-18
Saƙon
Masu Baƙin Abin da Kake Ji
16-18 "Ba wanda zai kunna fitila sannan ya rufe ta da baho ko ya tura ta a ƙarƙashin gado. A'a, kuna sanya ta a kan madaurin fitila don waɗanda suka shiga ɗakin su ga hanyarsu. Ba ma ɓoye sirri; muna gaya musu. Ba ma ɓoye abubuwa; muna bayyana *komai* a fili. Don haka ku yi hankali kada ku zama masu ƙin abin da kuka ji. Karimci yana haifar da karimci. Kwauta tana talauta."

6am Uba, bari a fallasa ayyukan duhu a cikin tsarin sadarwa ta hanyar haskenka.

Karfe 9 na safe Na yi umarni cewa babu wani abu da aka ɓoye don yin amfani da shi wajen yin zagon ƙasa ga jama'a da zai kasance a ɓoye har abada.

12:00 na rana , duk wata kawance ta sirri da ke haifar da labaran karya, tayar da hankali, da cin hanci da rashawa, za a fallasa ta.

3pm Ya Ubangiji, ka farkar da masu fallasa bayanai, masu faɗin gaskiya, da masu gyara da ƙarfin hali da kariya.

6 na yamma Bari abin da aka ƙera a cikin duhu don rikitar da, iko, da kuma lalata ya zama abin da za a yi hukunci a fili.

Karfe 9 na dare Ina ƙin jin tsoron mutane kuma ina addu'ar samun tsabta mai tsarki a gaban yaudara mai rikitarwa.

12 na safe A girgiza tsarin kafofin watsa labarai har sai gaskiya ta hura iska kuma za a ji adalci.

3am Ya Allah, ka tashi a matsayin mai bayyana sirri, ka kuma fallasa duk wani aiki da ya ɓoye wanda ke adawa da mulkinka.

Rana ta 31 - Dutsen Kasuwanci: Karuwar Juriya

Nassosi: Farawa 50:20; Ayuba 5:12

Farawa 50:20
Sabon Juyin Sarki James
[20] Amma ku, kun yi mini mugunta, *amma* Allah ya yi niyya don alheri, domin ya kawo shi kamar yadda *yake* a yau, domin ya ceci mutane da yawa da rai.

Ayuba 5:12
Sabon Juyin Sarki James
[12] Yana ɓata dabarun masu dabara,
Don haka hannuwansu ba za su iya aiwatar da shirinsu ba.

Farawa 50:20-21
Saƙon
[19-21] Yusufu ya amsa, "Kada ku ji tsoro. Shin ina yi wa Allah aiki ne? Ba ku gani ba, kun shirya mugunta a kaina amma Allah ya yi amfani da waɗannan tsare-tsaren don alherina, kamar yadda kuke gani a kusa da ku a yanzu—rayuwa ga mutane da yawa. Yanzu da sauƙi, ba ku da abin tsoro; Zan kula da ku da 'ya'yanku." Ya kwantar musu da hankali, yana yi musu magana da zuciya ɗaya.

Ayuba 5:12-16
Saƙon
Albarkar da Allah Ya Yi Maka Idan Ya Yi Maka Gyara!
[8-16] "Da ace ni ne a wurinka, da na tafi kai tsaye ga Allah, da na miƙa kaina ga rahamar Allah. Bayan haka, ya shahara da manyan ayyuka da ba a zata ba; ba shi da iyaka ga abubuwan mamaki. Misali, yana ba da ruwan sama, a faɗin duniya, yana aika ruwa don ban ruwa a gonaki.

Yana ɗaga ƙasa,
yana ba da tushe mai ƙarfi ga waɗanda ke cikin baƙin ciki. Yana kawar da makircin maƙaryata, don kada wani makircinsu ya ƙare. Yana kama masu ilimi a cikin makircinsu - duk wannan makirci mai rikitarwa da aka share da shara! Ba zato ba tsammani suka rikice, suka shiga duhu; ba za su iya gani su sanya ƙafa ɗaya a gaban ɗayan ba. Amma waɗanda aka zalunta Allah ne ya cece su, ya cece su daga makircin kisan kai, ya cece su daga hannun ƙarfe. Don haka talakawa suna ci gaba da bege, yayin da rashin adalci ke ɗaure kuma an daure su.

6 na safe Baba, abin da maƙiyi ke nufi da mugunta a fannin kuɗi, kasuwanci, da wadata, ka mayar da shi alherin mulki.

Karfe 9 na safe Ka karyata dabarun masu dabara domin hannayensu ba za su iya aiwatar da kasuwancinsu a kanmu ba.

12:00 na rana Duk wani ruhin juriya da ke tsaye a ƙofar ci gaba, wutar Allah za ta kawar da shi.

Karfe 3 na yamma Ina karya jinkiri, ɓarna, rahotannin mugunta, zargin ƙarya, da kuma adawa ta ɓoye a kan aikin adalci.

6pm Ya Ubangiji, ka bai wa mutanenka fifiko wanda ke rufe muryoyin maƙiya kuma yana buɗe ƙofofi masu mahimmanci.

Karfe 9 na dare Ina yin umarni da wadata a tsakiyar ƙiyayya da ci gaba a fuskar adawa.

Karfe 12 na safe Bari tallafi na ɓoye, abokan Allah, da damar halal su taso ba zato ba tsammani don ci gaban masarauta.

3 na safe Ya Allah, ka mayar da kowace adawa da aka tsara zuwa shaidar amincinka da ikonka.

Rana ta 32 - Dutsen Fasaha: Karyata Lalata da Bautar gumaka

Nassosi: Zabura 69:22-28; 1 Yahaya 5:21

Zabura 69:22-28
Sabon Juyin Sarki James
22 Bari teburinsu ya zama tarko a gabansu,
Lafiyarsu kuma ta zama tarko.
23 Bari idanunsu su duhunta, don kada su gani;
Ka sa bayansu su yi rawar jiki koyaushe.
24 Ka zuba musu fushinka,
Ka bar fushinka ya kama su.
25 Bari wurin zamansu ya zama kufai;
Kada kowa ya zauna a cikin tantinsu.
26 Gama suna tsananta wa *wadanda* ka buge,
Suna kuma magana game da baƙin cikin waɗanda ka raunata.
27 Ka ƙara mugunta ga muguntarsu,
Kada kuma su shiga cikin adalcinka.
28 Ka bar su a goge su daga littafin masu rai,
Kada kuma a rubuta su tare da masu adalci.

1 Yohanna 5:21
Sabon Juyin Sarki James
21 Ya ku yara ƙanana, ku kiyaye kanku daga gumaka. Amin.

Zabura 69:22-28
Saƙon
22 Bari abıncinsu ya zama tarko a cikin tarko da zai rufe;
Bari abokansu na kud da kud su zama masu kama da mutane
waɗanda za su yi musu fatar jiki da rai.
23 Ka sa su makance kamar jemagu,
Ka girgiza su tun safe har dare.

24 Ka sanar da su abin da kake tunani a kansu,
Ka busa musu da fushinka mai zafi.
25 Ku ƙone gidajensu,
Ku bar su babu kowa a gida.
26 Sun yi tsegumi game da wanda ka hore,
Sun ƙirƙiro labarai game da duk wanda Allah ya ji masa rauni.
27 Ka yi la'akari da laifin,
Kada ka bar su su fita daga hayyacinsu.
28 Ka cire sunayensu daga jerin masu rai;
Babu wani ɗaukaka da aka sassaka da dutse a gare su a tsakanin masu adalci.

1 Yohanna 5:21
Saƙon
18-21 Mun san cewa babu wani daga cikin waɗanda Allah ya haifa da ke yin zunubi—zunubi mai mutuwa. Waɗanda Allah ya haifa kuma Allah ne ya kare su. Mugun ba zai iya kama su ba. Mun san cewa Allah ne ya riƙe mu; mutanen duniya ne kawai ke ci gaba da riƙe Mugun. Kuma mun san cewa Ɗan Allah ya zo ne domin mu gane kuma mu fahimci gaskiyar Allah—abin da ya ba mu baiwa!— kuma muna rayuwa cikin Gaskiya da kanta, cikin Ɗan Allah, Yesu Kiristi. Wannan Yesu Allah ne na Gaskiya kuma Rai na Gaske. Ya ku yara, ku yi hankali da duk wani abu mai wayo.

6 na safe Baba, ka juya kowace tebur ta lalata da kowace tarko da aka sanya ta hanyar al'ada don kama zukata.

Karfe 9 na safe Na yi watsi da gumakan shahararru, girman kai, son kai, da kuma girman kai da suka mamaye wurare masu ƙirkira.

Karfe 12 na rana Bari sihiri, sha'awar duhu, da sha'awar cin hanci da rashawa su rasa iko a kan talakawa.

3pm Duk wani bagadi na sha'awar bautar gumaka da ke jan hankalin mutane daga Allah, a wargaza shi.

6pm Ya Ubangiji, ka ceci masu fasaha da masu kallo daga bauta zuwa amincewa, wuce gona da iri, da makanta ta ruhaniya.

9 na dare Ina ba da umarni cewa hasken Almasihu ya karya sihirin rashin ɗabi'a a kan al'ada.

12 na safe Bari a ziyarci gidajen sinima, situdiyo, dandamali, da rafuka inda aka yi bikin duhu.

3am Ya Allah, ka dawo da tunanin daga gumaka ka kuma mayar da sha'awa zuwa ga gaskiya, kyau, da bauta.

Rana ta 33 - Jinƙai na Kasa da Maido da Alkawari

Nassosi: Daniyel 9:1-19; 2 Labarbaru 7:13-16

Daniyel 9:1-19
Sabon Juyin Sarki James
Addu'ar Daniyel ga Mutane
9 A shekara ta farko ta mulkin Dariyus ɗan Ahasurus, daga
zuriyar Mediya, wanda aka naɗa shi sarki a kan mulkin
Kaldiyawa— 2 A shekara ta farko ta mulkinsa, ni Daniyel, na
fahimci ta wurin littattafai adadin shekarun *da aka ƙayyade* ta
wurin maganar Ubangiji ta bakin annabi Irmiya, cewa zai cika
shekaru saba'in a cikin halakar Urushalima.
3 Sai na juya fuskata ga Ubangiji Allah don in yi roƙo ta wurin
addu'a da roƙo, da azumi, da makoki, da toka. 4 Sai na yi
addu'a ga Ubangiji Allahna, na furta, na ce, "Ya Ubangiji,
Allah mai girma, mai ban tsoro, wanda ke kiyaye alkawarinsa
da jinƙansa ga waɗanda suke ƙaunarsa, da waɗanda ke kiyaye
dokokinsa, 5 mun yi zunubi mun aikata mugunta, mun yi
mugunta mun yi tawaye, har ma ta hanyar kauce wa
dokokinka da hukunce-hukuncenka. 6 Ba mu kuma saurari
bayinka annabawa ba, waɗanda suka yi magana da sunanka ga
sarakunanmu da shugabanninmu, da kakanninmu, da dukan
mutanen ƙasar. 7 Ya Ubangiji, adalci *naka ne* , amma a gare mu
kunya ta fuska, kamar yadda *yake* a yau, ga mutanen Yahuza,
da mazaunan Urushalima, da dukan Isra'ila, waɗanda ke kusa
da waɗanda ke nesa a cikin duk ƙasashen da ka kora su,
saboda rashin amincin da suka yi maka.
8 "Ya Ubangiji, kunya ta rufe mu , ta sarakunanmu, da
shugabanninmu, da kakanninmu, domin mun yi maka zunubi.
9 Jinƙai da gafara na Ubangiji Allahnmu *ne* , duk da cewa mun
yi masa tawaye. 10 Ba mu yi biyayya ga muryar Ubangiji
Allahnmu ba, don mu bi dokokinsa, waɗanda ya sa a

gabanmu ta hannun bayinsa annabawa. [11] Hakika, dukan
Isra'ila sun karya dokarka, sun tafi don kada su yi biyayya ga
muryarka; saboda haka la'ana da rantsuwa da aka rubuta a
cikin Dokar Musa, bawan Allah, an zubo mana, domin mun
yi masa zunubi. [12] Ya kuma tabbatar da maganarsa, wadda ya
yi magana a kanmu da kuma a kan alƙalanmu waɗanda suka yi
mana shari'a, ta hanyar kawo mana babban bala'i; gama a
ƙarƙashin sama duka ba a taɓa yin irin wannan kamar abin da
aka yi wa Urushalima ba.
[13] "Kamar yadda *aka* rubuta a cikin Dokar Musa, duk wannan
bala'i ya same mu; amma ba mu yi addu'a ga Ubangiji
Allahnmu ba, domin mu juyo daga zunubanmu mu fahimci
gaskiyarka. [14] Saboda haka Ubangiji ya tuna da bala'in, ya
kuma kawo mana shi; gama Ubangiji Allahnmu mai adalci *ne*
cikin dukan ayyukan da yake yi, duk da cewa ba mu yi biyayya
ga muryarsa ba. [15] Yanzu kuma, ya Ubangiji Allahnmu, wanda
ya fito da mutanenka daga ƙasar Masar da hannu mai ƙarfi, ya
kuma yi wa kanka suna, kamar yadda *yake* a yau—mun yi
zunubi, mun yi mugunta!
[16] "Ya Ubangiji, bisa ga dukan adalcinka, ina roƙonka, ka
kawar da fushinka da fushinka daga birninka Urushalima,
tsattsarkan dutsenka ; domin saboda zunubanmu, da kuma
saboda zunuban kakanninmu, Urushalima da mutanenka abin
zargi *ne* ga duk *waɗanda* ke kewaye da mu. [17] Yanzu, ya
Allahnmu, ka ji addu'ar bawanka, da roƙonsa, kuma saboda
Ubangiji, ka sa fuskarka ta haskaka [b] Wuri Mai Tsarkinka , wanda ya zama kango.
[18] Ya Allahna, ka karkata kunnenka ka ji; ka buɗe idanunka ka
ga halakarmu, da birnin da ake kira da sunanka; gama ba mu
gabatar da roƙonmu a gabanka ba saboda ayyukanmu na
adalci, amma saboda yawan jinƙanka. [19] Ya Ubangiji, ka ji! Ya
Ubangiji, ka gafarta! Ya Ubangiji, ka ji ka yi aiki! Kada ka yi
jinkiri saboda kanka, ya Allahna, domin birninka da
mutanenka ana kiransu da sunanka."

2 Labarbaru 7:13-16
Sabon Juyin Sarki James

13 Idan na rufe sama, ba a yi ruwan sama ba, ko kuma na
umarci fara su cinye ƙasar, ko kuma na aika annoba a cikin
mutanena, 14 idan mutanena waɗanda ake kira da sunana za su
ƙasƙantar da kansu, su yi addu'a, su nemi fuskata, su juyo daga
mugayen ayyukansu, to, zan ji daga sama, in gafarta musu
zunubansu, in kuma warkar da ƙasarsu. 15 Yanzu idanuna za su
buɗe, kunnuwana kuma za su saurari addu'ar *da ake yi* a
wannan wuri. 16 Gama yanzu na zaɓi kuma na tsarkake wannan
gidan, domin sunana ya kasance a wurin har abada; kuma [b]
Idanuna da [c] zuciyata za su kasance a wurin har abada.

Daniyel 9:1-19
Saƙon
Alƙawarin Allah
9 1-4 "Darius, ɗan Ahasurus, wanda aka haifa a Bamedi, ya
zama sarki a ƙasar Babila. A shekara ta farko ta mulkinsa, ni,
Daniyel, ina tunani a kan Nassosi waɗanda suka ba, bisa ga
Kalmar Allah ga annabi Irmiya, adadin shekarun da
Urushalima za ta kasance a kango, wato, saba'in. Na juya ga
Ubangiji Allah, ina neman amsa—ina addu'a da gaske, ina
azumi daga abinci, ina sanye da rigar tuba, ina durƙusawa
cikin toka. Na zuba zuciyata, ina bayyana raina ga Allah,
Allahna:
4-8 "Ya Ubangiji, Allah mai girma da girma. Ba ka taɓa yin kasa
a gwiwa a cikin alkawarinka ba, ba ka taɓa yin kasa a gwiwa ba
ga waɗanda suke ƙaunarka kuma suke aikata abin da ka faɗa.
Duk da haka mun yi zunubi ta kowace hanya da za a iya
tsammani. Mun aikata mugunta, mun yi tawaye, mun kauce
wa hanya kuma mun kauce wa hanyoyinka masu kyau. Mun
kasa kunne ga bayinka annabawa, waɗanda suka yi wa'azin
Kalmarka ga sarakunanmu da shugabanninmu, iyayenmu, da
duk mutanen ƙasar. Ka yi duk abin da ya dace, Ya Ubangiji,
amma abin da kawai za mu nuna wa rayuwarmu shi ne laifi da
kunya, dukanmu - mutanen Yahuda, 'yan ƙasar Urushalima,
Isra'ila a gida da Isra'ila a cikin duk wuraren da aka kora mu
saboda cin amanar da muka yi maka. Ya Allah, an fallasa mu
cikin kunyarmu, dukanmu - sarakunanmu, shugabanninmu,

iyayenmu - a gaban duniya duka. Kuma ya cancanci haka, saboda zunubinmu.

9-12 "'Tausayi shine kawai begenmu, tausayin ka, Ubangiji, Allahnmu, tunda a cikin tawayenmu mun rasa hakkokinmu. Ba mu kula da kai ba lokacin da ka gaya mana yadda za mu rayu, koyarwar da ta fito daga bayinka annabawa. Dukanmu a Isra'ila mun yi watsi da abin da ka fada. Mun ki bin umarninka kuma muka yi abin da muka ga dama. Kuma yanzu muna biyan sa: La'anar da aka rubuta a sarari a cikin wahayi ga bawan Allah Musa yanzu tana yin aikinsa a tsakaninmu, sakamakon zunubanmu a kanku. Ka yi wa mu da shugabanninmu abin da ka ce za ka yi: Ka kawo mana wannan bala'i mai girma, mafi munin bala'i da aka rubuta a rubuce - kuma a Urushalima!

13-14 "Kamar yadda aka rubuta a cikin wahayin Allah ga Musa, bala'in ya kasance cikakke. Babu abin da aka hana. Mun ci gaba da yin zunubi, ba mu sake tunani ba, ba tare da mun san gargadin da ka yi ba, don haka ba ka da wani zabi illa ka bar bala'in ya sauka a kanmu da karfi. Kai, Allahnmu, kana da cikakken 'yancin yin haka tunda mun yi watsi da kai da karfi.

15-17 "Ya Ubangiji, kai ne Allahnmu, gama ka ceci mutanenka daga kasar Masar da nuna iko—mutane har yanzu suna magana game da shi! Mun yarda cewa mun yi zunubi, mun yi rayuwa mara kyau. Bin abin da ka saba yi wajen gyara abubuwa, gyara *mutane* , don Allah ka daina fushi da Urushalima, birninka, tsattsarkan dutsenka. Mun san laifinmu ne cewa wannan ya faru, duk saboda zunubanmu da zunuban iyayenmu, kuma yanzu mun zama abin kunya ga duk wanda ke kewaye da mu. Mu tabo ne a unguwa. Don haka ka saurari wannan addu'ar bawanka. Ka yi wa Wuri Mai Tsarkinka da ya lalace rahama. Ka yi aiki daga wanda kake, ba daga abin da muke ba.

18 "'Ka juyar da kunnuwanmu, Allah, ka saurara. Ka bude idanunka ka kalli birninmu da ya lalace, wannan birni da aka sanya wa suna bayanka. Mun san cewa ba mu cancanci jin muryarka ba. Rokonmu yana ga tausayinka. Wannan addu'a ita ce begenmu na karshe kuma kawai:

19 " 'Malam, ka saurare mu!
Malam, ka gafarta mana! Malam, ka dube mu ka yi wani abu! Malam, kada ka yi mana jinkiri! An sanya wa birninka da mutanenka suna bayanka: Kana da hannun jari a cikinmu!"

2 Labarbaru 7:13-18
Saƙon
12-18 Allah ya bayyana wa Sulemanu a wannan daren, ya ce, "Na karɓi addu'arka; eh, na zaɓi wannan wuri a matsayin haikali don hadaya, gidan ibada. Idan na taɓa rufe ruwan sama ko na umarci fara su cinye amfanin gona ko kuma in aika annoba ga mutanena, kuma mutanena, mutanen da Allah ya ayyana, suka amsa ta hanyar ƙasƙantar da kansu, suna addu'a, suna neman kasancewara, da kuma juya baya ga mummunan rayuwarsu, zan kasance a shirye dominku: Zan saurara daga sama, in gafarta musu zunubansu, in kuma dawo da ƙasarsu lafiya. Daga yanzu ina cikin shiri dare da rana ga addu'o'in da ake yi a wannan wuri. Ku yi imani da ni, na zaɓi kuma na tsarkake wannan Haikali da kuka gina: Sunana yana nan a kansa har abada; idanuna suna kan sa, zuciyata kuma tana cikinsa koyaushe. Amma kai, idan ka rayu a gabana kamar yadda mahaifinka Dawuda ya rayu, tsarkakakku a zuciya da aiki, kana rayuwa cikin rayuwar da na shirya maka, kana biyayya ga jagora da hukunce-hukuncena, to, zan goyi bayan mulkin sarautarka a kan Isra'ila—ka mai da shi abin tabbata a kan tabbataccen abu. tushe. Garanti ɗaya na alkawari da na ba wa ubanka Dawuda da nake ba ka, wato, 'Kana iya dogara ga samun zuriya a kan gadon sarautar Isra'ila koyaushe.'

6 na safe Ubangiji, muna furta zunubin ƙasa, tawayen kamfanoni, da alfaharin gama gari; muna roƙon rahamarka mai girma.

Karfe 9 na safe ba mu yin addu'o'inmu saboda adalcinmu ba, sai dai saboda tausayinka.

Karfe 12 na rana , a mayar da kunya ga tuba, tuba kuma ta koma ga gyara a ƙasarmu.

3pm Duk wani alkawari da rashin adalci, zubar da jini, bautar gumaka, da cin hanci da rashawa, rahamar Allah ta karya shi.

6 na yamma Uba, ji, gafarta, ka saurara, ka yi; kada ka yi jinkiri saboda sunanka.

9 na dare na yi umarni cewa Allah zai tuna da wuraren da suka lalace kuma ya sake gina su da yardarSa.

12 na safe Bari fari na ruhaniya, rushewar zamantakewa, da lalacewar ɗabi'a su ba da hanya ga warkarwa da gyara.

3am Ya Allah, ka tuna da mutanenka, ka kiyaye shaidarka, ka kuma farfaɗo da ƙasarmu saboda sunanka mai girma.

Rana ta 34 - Wa'azin Bishara da Gamuwa ga Kafirai

Nassosi: Luka 2:32; Yohanna 16:8

Luka 2:32
Sabon Juyin Sarki James
32 Haske ne domin *ya* bayyana wa al'ummai,
Da kuma ɗaukakar mutanenka Isra'ila."

Yohanna 16:8
Sabon Juyin Sarki James
8 Sa'ad da ya zo, zai hukunta duniya game da zunubi, da adalci, da kuma shari'a:

Luka 2:32
Sakon
25-32 A Urushalima a lokacin, akwai wani mutum, Saminu, mai suna, mutumin kirki, wanda yake rayuwa cikin fatan neman taimako ga Isra'ila cikin addu'a. Ruhu Mai Tsarki kuma yana kansa. Ruhu Mai Tsarki ya nuna masa cewa zai ga Almasihun Allah kafin ya mutu. Ruhu Mai Tsarki ya jagorance shi, ya shiga Haikali. Yayin da iyayen yaron Yesu suka kawo shi don ya gudanar da al'adun Shari'a, Saminu ya rungume shi ya yabi Allah:
Allah, yanzu za ka iya sakin bawanka;
ka sake ni cikin salama kamar yadda ka yi alkawari. Da idona na ga cetonka; yanzu a bayyane yake ga kowa ya gani: Haske mai bayyana Allah ga al'ummai waɗanda ba Yahudawa ba, da kuma ɗaukaka ga mutanenka Isra'ila.

Yohanna 16:8-11

Sakon

8-11 "Sa'ad da ya zo, zai fallasa kuskuren ra'ayin duniya mara bin Allah game da zunubi, adalci, da hukunci: Zai nuna musu cewa kin yarda da ni shine ainihin zunubinsu; cewa adalci yana fitowa daga sama, inda nake tare da Uba , daga ganinsu da ikonsu; cewa hukunci yana faruwa yayin da ake gurfanar da mai mulkin wannan duniya mara bin Allah a gaban shari'a kuma an yanke masa hukunci.

6am Ya Uba, bari hasken Kristi ya shiga cikin duhun rashin imani, rashin kulawa, da juriya mai tauri.

9am A hukunta zukatan zunubi, adalci, da hukunci, sannan a cire sikeli daga zukatan da ba su da tabbas.

12 na rana Ina addu'a don saduwa da Allah, mafarkai, ziyara, da wahayin Yesu Kiristi wanda ba za a iya musantawa ba.

3pm Duk wani lullubi da ya rufe iyalai, al'ummomi, da mutanen da ba su yi imani ba tukuna, rahamar Allah za ta tsage su.

6pm Ya Ubangiji, katse zaman lafiya na karya da tawaye mai dadi tare da tabbaci mai tsarki wanda ke kaiwa ga ceto.

9 na dare Bari masu neman ku su same ku, gaskiya ta kama masu ba'a, kuma a jawo hankalin masu barna gida.

12 na safe Tattara shaidu cike da tausayi, haske, da iko don yin wa'azin Almasihu yadda ya kamata.

3 na safe Ya Allah, ka ba da damar haduwa da ke mayar da makiya zuwa jakadu da masu shakka zuwa masu bauta.

Rana ta 35 - Yaƙin Kai da Tsarkakewa

Nassosi: Afisawa 6:10-18; Zabura 139:23-24

Afisawa 6:10-18
Saƙon
Yaƙi Zuwa Karshe
10-12 Kuma wannan game da kammala shi ne. Allah yana da ƙarfi, kuma yana son ku yi ƙarfi. Don haka ku ɗauki duk abin da Ubangiji ya tanada muku, makaman da aka ƙera da kayan aiki mafi kyau. Kuma ku yi amfani da su don ku iya tsayayya da duk abin da Shaiɗan ya jefa muku. Wannan ba yaƙin ƙarshen mako ba ne da za mu yi tafiya daga ciki mu manta da shi cikin 'yan awanni kaɗan. Wannan yaƙi ne na dindindin, yaƙin rai ko mutuwa har ƙarshe da Shaiɗan da dukkan mala'ikunsa.
13-18 Ku shirya. Kuna fuskantar matsaloli fiye da yadda za ku iya yi da kanku. Ku ɗauki duk taimakon da za ku iya samu, kowanne makami da Allah ya bayar, domin idan komai ya ƙare sai ihu za ku ci gaba da kasancewa a ƙafafunku. Gaskiya, adalci, zaman lafiya, bangaskiya, da ceto sun fi kalmomi. Ku koyi yadda ake amfani da su. Za ku buƙaci su a tsawon rayuwarku. Kalmar Allah makami ne *mai mahimmanci* . Haka nan, addu'a tana da mahimmanci a cikin wannan yaƙin da ake ci gaba da yi. Ku yi addu'a da ƙarfi da dogon lokaci. Ku yi wa 'yan'uwanku maza da mata addu'a. Ku buɗe idanunku. Ku ci gaba da ƙarfafa zukatan junanku don kada kowa ya faɗi a baya ko ya faɗi.

Zabura 139:23-24
Saƙon
23-24 Ka binciki rayuwata, Ya Allah,
ka gano komai game da ni; Ka gwada ni ka gwada ni, ka sami

cikakken hoto game da abin da nake ciki;
Ka gani da kanka ko na yi wani laifi—
sannan ka shiryar da ni kan hanyar zuwa rai madawwami.

Afisawa 6:10-18
Sabon Juyin Sarki James
Dukan Sulken Allah
10 A ƙarshe, 'yan'uwana, ku yi ƙarfi cikin Ubangiji da kuma
cikin ikon ikonsa. 11 Ku sanya dukkan makamai na Allah,
domin ku iya tsayawa da dabarun Shaiɗan . **12 Gama ba mu yaƙi da nama** da
jini ba, amma da mulkoki, da ikoki, da shugabannin duhun
wannan zamani, da rundunonin ruhaniya na *mugunta* a cikin
sammai . 13 Saboda haka, ku ɗauki dukkan makamai na Allah,
domin ku iya tsayayya a cikin muguwar rana, bayan kun gama
komai, ku tsaya.
14 Saboda haka, ku tsaya, kuna ɗaure tsakaninku da gaskiya,
kuna sa sulke na adalci, 15 kuma kun yi takalman ƙafafunku da
shirin bisharar salama; 16 sama da duka, ku ɗauki garkuwar
bangaskiya wadda za ku iya kashe dukkan kiban wuta na
mugun nan da ita. 17 Ku ɗauki kwalkwali na ceto, da takobin
Ruhu, wato maganar Allah; 18 ku yi addu'a koyaushe da
dukkan addu'o'i da roƙo cikin Ruhu, kuna lura da wannan
manufa da matuƙar haƙuri da roƙo ga dukkan tsarkaka.

Zabura 139:23-24
Sabon Juyin Sarki James
23 Ka bincike ni, ya Allah, ka san zuciyata;
Ka gwada ni, ka san damuwata;
24 Ka gani ko *akwai wata* hanya mara kyau a cikina,
Ka bi da ni a cikin hanyar har abada.

6am Ya Ubangiji, ka bincike ni, ka gwada ni, ka fallasa duk wani abu da ke cikina wanda zai ba wa maƙiyi damar shiga doka.

Karfe 9 na safe Ina sanya dukkan kayan yaƙi na Allah kuma ina ƙin kowace sulhu da ke raunana ikon ruhaniya.

12pm Duk wata kawance ta ciki da tsoro, alfahari, sha'awa, ɗaci, da rashin imani, za a karya ta yanzu.

3pm Bari a kawo ɓoyayyun dalilai, gurɓataccen sha'awa, da raunuka marasa warkarwa ƙarƙashin mulkin Kristi.

6 na yamma Baba, ka tsarkake maganata, ka horar da tunanina, ka kuma tsara sha'awata ta yaƙi da ibada.

Karfe 9 na dare Na ba da umarnin cewa ba zan sha kashi a yaƙi a ɓoye ba kuma in yi ƙoƙarin cin nasara a bainar jama'a.

12 na safe Bari rayuwata ta zama ƙofa a rufe ga duhu da kuma ƙofa a buɗe ga Ruhu Mai Tsarki.

3 na safe Ya Allah, ka tsarkake ni gaba ɗaya ka kuma sanya ni cikin tsari mai tsarki don yin addu'a mai kyau.

Rana ta 36 - Kallon Tsakar dare akan Juriya

Nassosi: Nehemiah 4:9,13; Matiyu 26:41

Nehemiya 4:9
Sabon Juyin Sarki James
9 Duk da haka muka yi addu'a ga Allahnmu, saboda su muka sa masu tsaro su yi tsaro dare da rana a kansu.

Nehemiya 4:13
Sabon Juyin Sarki James
13 Sai na sa *mutane* a bayan ƙananan garun, a ƙofofin shiga, na kuma sa mutanen bisa ga iyalansu, da takubansu, da mashinsu, da bakunansu.

Matiyu 26:41
Sabon Juyin Sarki James
41 Ku yi tsaro ku yi addu'a, kada ku shiga jaraba. Ruhu yana so , amma jiki rarrauna *ne* ."

Nehemiya 4:9
Saƙon
7-9 Sa'ad da Sanballat, Tobiya , Larabawa, Ammonawa, da Ashdod suka ji cewa gyaran ganuwar Urushalima yana tafiya yadda ya kamata—har an gyara tsagewar bangon—sai suka fusata ƙwarai. Suka haɗa kawunansu wuri ɗaya suka yanke shawarar yaƙi da Urushalima da kuma haifar da matsala gwargwadon iyawarsu. Mun mayar da martani da addu'a ga Allahnmu muka kuma sa masu tsaro a kansu.

Nehemiya 4:13-14
Saƙon

13-14 Sai na sanya masu gadi dauke da makamai a wuraren da suka fi rauni a cikin garun, na kuma ware mutane bisa ga iyalai da takubansu, mashi, da bakansu. Bayan na duba abubuwa, sai na mike na yi magana da manyan mutane, da jami'ai, da sauran mutane, na ce, "Kada ku ji tsoronsu. Ku sa hankalinku ga Ubangiji, mai girma da ban mamaki, sannan ku yi yaki domin 'yan'uwanku, da 'ya'yanku maza, da 'ya'yanku mata, da matanku, da gidajenku."

Matiyu 26:41
Sakon
40-41 Da ya dawo wurin almajiransa, sai ya same su suna barci. Ya ce wa Bitrus, "Ba za ka iya barin sa'a ɗaya da ni ba? Ka yi tsaro; ka yi addu'a don kada ka shiga cikin jaraba ba tare da sanin cewa kana cikin haɗari ba. Akwai wani ɓangare naka wanda yake da himma, a shirye yake don komai a cikin Allah. Amma akwai wani ɓangare kuma wanda yake da kasala kamar tsohon kare da ke barci a kusa da wuta."

6 na safe Baba, yayin da muke addu'a da saita agogo, bari a kama kowane dare ana kai mana hari a kan ci gabanmu.

Karfe 9 na safe Ina samun alheri don yin taka tsantsan daga hari mai sauki, gajiya ta ruhaniya, da juriya mara ganuwa.

12:00 na rana Duk Sanballat da Tobiya da ke magana game da rashin yarda da sake gina Allah, a yi shiru.

3 na yamma Bari a fallasa kowace tarko a cikin sa'o'i ɓoyayye kafin ta girma ta zama lalacewa.

6pm Ya Ubangiji, ka ba wa mutanenka iko da fahimta, jarumtaka, da kuma lura da kyau.

Karfe 9 na dare na ba da umarni cewa adawa ba za ta dakatar da gini, addu'a, ko cika annabci ba.

12 na safe Kowace tsakar dare da aka yi ciniki da gidana, aikin da aka ba ni, da kuma kirana, jinin Yesu zai soke ta.

3 na safe Ya Allah ka tabbatar mana da tsaro ka bamu nasara akan dukkan juriya a wannan kakar.

Rana ta 37 - Ceto Yankin Kasa da Taimakon Mala'iku

Nassosi: Zabura 91:11-13; Ayyukan Manzanni 12:7-10

Zabura 91:11-13
Sabon Juyin Sarki James
11 Gama zai ba mala'ikunsa umarni a kanku, su
kiyaye ku a cikin dukkan hanyoyinku.
12 A *hannunsu* za su ɗauke ku,
kada ku yi karo da ƙafarku a kan dutse.
13 Za ku tattaka zaki da ƙwarƙwara,
Zaki da maciji za ku tattaka a ƙarƙashin ƙafa.

Ayyukan Manzanni 12:7-10
Sabon Juyin Sarki James
7 Sai ga wani mala'ika na Ubangiji tsaye kusa da *shi,* wani haske
kuma ya haskaka a cikin kurkukun; sai ya bugi Bitrus a gefe ya
tashe shi, yana cewa, "Tashi da sauri!" Sai sarƙoƙinsa suka faɗi
daga *hannunsa* . 8 Sai mala'ikan ya ce masa, "Yi ɗamara ka
ɗaura takalmanka." Haka kuwa ya yi. Sai ya ce masa, "Yafa
rigarka ka bi ni." 9 Sai ya fita ya bi shi, bai san cewa abin da
mala'ikan ya yi gaskiya ne ba, amma ya yi zaton yana ganin
wahayi ne. 10 Da suka wuce ma'ajiyar tsaro ta farko da ta biyu,
sai suka isa ƙofar ƙarfe da ke kaiwa ga birnin, wadda ta buɗe
musu da kanta; suka fita suka bi titi ɗaya, nan take mala'ikan
ya rabu da shi.

Zabura 91:11-13
Saƙon
91 1-13 Kai da ke zaune a gaban Allah Maɗaukaki,
ka kwana a inuwar Shaddai, Ka ce: "Allah, kai ne mafakata.
Ina dogara gare ka kuma ina lafiya!"
Haka ne—yana cetonka daga tarkuna ɓoyayye, yana kare ka

daga haɗari masu haɗari. Manyan hannayensa masu miƙawa suna kare ka— a ƙarƙashinsu kana lafiya; hannuwansa suna kare duk wani lahani. Kada ka ji tsoron komai—ba kerkeci na daji a cikin dare, ba kibiyoyi masu tashi da rana ba, Ba cuta da ke ratsawa cikin duhu, ba bala'in da ke tashi da tsakar rana ba. Ko da yake wasu sun faɗi ko'ina, suna faɗuwa kamar ƙudaje dama da hagu, babu wata cuta da za ta ma kiwo ka. Za ka tsaya ba tare da taɓawa ba, ka kalli komai daga nesa, ka kalli miyagu suna juyawa zuwa gawawwaki. Haka ne, domin Allah ne mafakarka, Allah Maɗaukaki gidanka, Mugunta ba za ta iya kusantarka ba, cuta ba za ta iya shiga ta ƙofar ba. Ya umarci mala'ikunsa su tsare ka duk inda ka je. Idan ka yi tuntuɓe, za su kama ka; Aikinsu shine su hana ka faɗuwa. Za ka yi tafiya ba tare da wata cuta ba a tsakanin zakoki da macizai, kuma za ka kori 'yan zakoki da macizai daga hanya.

Ayyukan Manzanni 12:7-11
Saƙon
7-9 Ba zato ba tsammani sai ga wani mala'ika a gefensa, haske
ya mamaye ɗakin. Mala'ikan ya girgiza Bitrus ya tashe shi: "Yi
sauri!" An ɗaure masa wuyan hannu. Mala'ikan ya ce, "Yi
sutura. Sanya takalmanka." Bitrus ya yi. Sai ya ce, "Dauki
rigarka mu fita daga nan." Bitrus ya bi shi, amma bai yarda
cewa mala'ika ne da gaske ba—ya yi tunanin mafarki yake yi.
10-11 Bayan sun wuce mai gadi na farko sannan na biyu, suka isa
ƙofar ƙarfe da ke shiga cikin birnin. Ta buɗe a gabansu da
kanta, suka fita a kan titi, suna cikin 'yanci kamar iska. A
mahaɗar farko mala'ikan ya bar shi, yana tafiya da kansa. A
lokacin ne Bitrus ya gane cewa ba mafarki ba ne. "Ban yarda
ba - wannan ya faru da gaske! Ubangiji ya aiko da mala'ikansa
ya cece ni daga hannunan sarkin Hirudus da kuma abin da
taron Yahudawa ke jira."

6 na safe Ya Uba, ka umarci mala'ikunka game da mu su kiyaye mu a duk hanyoyinmu a wannan azumin da kuma bayansa.

Karfe 9 na safe Na yi umarni cewa zaluncin yanki, hare-hare masu tsari, da kuma tsoratarwa da ba a iya gani ba ba za su yi nasara ba.

12:00 na rana Bari haske ya shiga gidajen yari, ɗakunan ɓoye, da yankunan da aka ɗaure inda duhu ya mamaye.

3pm Kowace ƙofar ƙarfe tana adawa da kakar wasa ta gaba, a buɗe take bisa umarnin Allah.

6pm Ya Ubangiji, bari sarƙoƙi su faɗi daga shugabanni, masu roƙo, iyalai, da yankuna da aka tsare a cikin kurkuku na dogon lokaci.

Karfe 9 na dare ina taka zakoki, cizo, macizai, da duk wani mugun aiki na abokan gaba.

12 na safe Bari mala'iku su raka ayyukan masarauta su kuma hana masu kai hari na shaidan.

3 na safe Ya Allah, bari ceto ya zama a bayyane, mai gani, kuma wanda ba za a iya musantawa ba a tsakiyarmu.

Rana ta 38 - Girbi, Wurare Masu Arziki, da Maidowa

Nassosi: Ishaya 60:5-7; Zabura 66:12

Ishaya 60:5-7
Sabon Juyin Sarki James
5 Sa'an nan za ku gani ku yi haske,
Zuciyarku kuma za ta cika da farin ciki; Domin yalwar teku za ta koma gare ku, Arzikin al'ummai zai zo gare ku.
6 Raƙuman za su mamaye *ƙasarku,*
Dawakan Midiyana da Efa; Duk waɗanda suka fito daga Sheba za su zo; Za su kawo zinariya da turare, Za su yi shelar yabon Ubangiji.
7 Dukan garken Kedar za a tattaro su wuri ɗaya,
Raƙuman Nebaioth za su yi muku hidima;
Za su hau kan bagadina da yardar rai, Zan ɗaukaka gidan ɗaukakata.

Zabura 66:12
Sabon Juyin Sarki James
12 Ka sa mutane su hau kanmu;
Mun ratsa wuta da ruwa; Amma ka fitar da mu zuwa ga cikar wadata
.

Ishaya 60:5-7
Saƙon

Mutane da suka dawo don taron

60 1-7 "Tashi daga kan gado, Urushalima!
Tashi. Sanya fuskarki a cikin hasken rana. Ɗaukakar Allah ta tashi a gare ki. Duk duniya tana lulluɓe da duhu, dukkan mutane sun nutse cikin duhu mai zurfi, Amma Allah yana tashi a kanki, ɗaukakar fitowarsa ta bayyana a kanki. Al'ummai za su zo ga haskenki, sarakuna zuwa ga hasken fitowar rana. Duba sama! Duba kewaye! Kalli yayin da suke taruwa, kalli yayin da suke kusantarki: 'Ya'yanki maza suna zuwa daga nesa, 'ya'yanki mata suna ɗauke da masu renonsu. Lokacin da kika ga suna zuwa za ki yi murmushi—murmushi mai yawa! Zuciyarki za ta cika kuma, eh, ta fashe! Duk waɗannan mutanen da ke dawowa ta teku don haɗuwa, girbi mai yawa na waɗanda aka tattara daga al'ummai! Sannan kuma kogunan ayarin raƙuma gwargwadon iya gani, ƙananan raƙuma na makiyaya a Midiyana da Efa, Suna zubawa daga kudu daga Sheba, cike da zinariya da turare, suna wa'azin yabon Allah. Kuma eh, tarin garken tumaki daga makiyaya a Kedar da Nebaioth ,
Kyauta maraba don bauta a bagadina yayin da nake wanke Haikalina mai daraja a cikin kyau.
Zabura 66:12
Saƙon
8-12 Ku yabi Allahnmu, ya ku mutane!
Ku yi masa maraba mai ƙarfi! Shin bai sanya mu a kan hanyar rai ba? Shin bai hana mu fita daga rami ba? Ya fara horar da mu, ya wuce mu kamar azurfa ta hanyar wutar tacewa,
Ya kai mu cikin ƙasar da ta yi ƙaurin suna,
Ya tura mu zuwa iyakarmu, Hanya-Ya gwada mu a ciki da waje, Ya kai mu jahannama da dawowa; Daga ƙarshe ya kawo mu zuwa wannan wuri mai ruwa sosai.

6 na safe Baba, ka kawo mu cikin arzikinmu bayan yanayi na matsin lamba, yanke ciyawa, da yaƙi.

9 na safe Umarni taskokin ƙasa da teku don amsa manufar mulki da kuma adalcin shugabanci.

12:00 na rana , a kawar da kowace shinge a ƙofar girbi ta wurin ikon Yesu Kiristi.

3pm Bari a dawo da shekarun da aka ɓata, damar da aka jinkirta, da fa'idodin da aka sata tare da ƙaruwa.

6pm Ya Ubangiji, ka tara albarkatu don ayyukan hidima, jinƙai, almajiranci, da tasirin tsararraki.

Karfe 9 na dare na yi umarni cewa girbi ba zai mutu a gona ba, kuma abinci ba zai lalace a hanya ba.

12 na safe Bari al'ummai su kawo kayansu don hidimar manufar fansa ta Allah.

3 na safe Ya Allah, ka yi wa wannan kakar wasa ado da gyarawa a bayyane, ƙaruwar halal, da shaida.

Rana ta 39 - Duwatsu Bakwai a Karƙashin Mulkin Almasihu

Nassosi: Matiyu 6:10; Ru'ya ta Yohanna 11:15

Matiyu 6:10
Sabon Juyin Sarki James
10 Mulkinka ya zo.
A yi nufinka a duniya kamar yadda *yake* a sama.

Ru'ya ta Yohanna 11:15
Sabon Juyin Sarki James
Kaho Na Bakwai: An Yi Shelar Mulkin
15 Sai mala'ika na bakwai ya yi busa: Sai aka ji manyan muryoyi a sama, suna cewa, " Mulkokin wannan duniya sun zama *mulkokin* Ubangijinmu da na Almasihunsa, zai kuma yi mulki har abada abadin!"

Matiyu 6:10-13
Saƙon
7-13 "Duniya cike take da waɗanda ake kira mayaƙan addu'a waɗanda ba su san addu'a ba. Suna cike da dabaru da shirye-shirye da shawarwari, dabarun tallata abin da kuke so daga Allah. Kada ku faɗa cikin wannan banzan. Wannan shine Ubanku da kuke mu'amala da shi, kuma ya fi ku sanin abin da kuke buƙata. Da irin wannan Allah yana ƙaunarku, za ku iya yin addu'a cikin sauƙi. Kamar haka:
Ubanmu na sama,
Ka bayyana ko kai wanene. Ka gyara duniya; Ka yi abin da ya fi kyau— kamar yadda yake a sama, haka nan a ƙasa. Ka raya mu da abinci sau uku.
Ka gafarta mana tare da kai kuma ka gafarta wa wasu.
Ka kare mu daga kanmu da Shaiɗan. Kai ne ke da iko! Za ka

iya yin duk abin da kake so! Kana cikin kyawun yanayi! Eh. Eh. Eh.

Ru'ya ta Yohanna 11:15-18
Saƙon
Sautin Kaho na Karshe
15-18 Mala'ika na bakwai ya busa ƙaho. Muryoyi masu yawa a Sama sun yi waƙa,
Mulkin duniya yanzu shine
Mulkin Allahnmu da Almasihunsa! Zai yi mulki har abada abadin!
Dattawa ashirin da huɗu da ke zaune a gaban Allah a kan karagunsu suka durƙusa, suka yi sujada, suka kuma rera waƙa,
Muna gode maka, Ya Allah, Mai Ikon Mulki,
Wanda Yake da Wanda Yake. Ka karɓi ikonka mai girma ka karɓi mulki! Al'ummai masu fushi yanzu sun ɗanɗani *fushinka*
.
Lokaci ya yi da za a yi wa matattu shari'a, a ba wa bayinka, dukkan annabawa da tsarkaka lada, ƙanana da manya waɗanda ke tsoron sunanka, a kuma hallaka masu halaka duniya.

6 na safe Uba, bari mulkinka ya zo kuma nufinka ya tabbata a cikin addini, iyali, ilimi, gwamnati, kafofin watsa labarai, fasaha, da kasuwanci.

9 na safe Ina ba da umarni cewa kowace tudun tasirin ɗan adam za ta yi biyayya ga gwamnatin Yesu Kiristi.

12:00 na rana kowace karagar duhu da ta mamaye sassan dabaru, a girgiza ta a kawar da ita.

3pm Bari masu gyara, masu gini, masu roƙo, da shugabanni su kasance a kowane fanni.

6pm Ya Ubangiji, daidaita addu'a, annabci, dabaru, da aiki don sauyi a yankuna.

Karfe 9 na dare Ina shelanta cewa babu wani dutse da aka kama da ya fi ƙarfin fansa kuma babu wani tsari da ya fi ƙarfin ikon Allah.

12 na safe Bari sautin sama ya rinjayi muryar Babila a kowace al'ada da kuma al'umma.

3am Ya Allah, ka yi wa duwatsu bakwai alfarma, ka kuma kafa shaida mai ɗorewa a cikin duniya.

Rana ta 40 - Godiya, Hatimi, da kuma Aikin Hajji

Nassosi: Zabura 126:1-6; Ibraniyawa 7:25

Zabura ta 126

Sabon Juyin Sarki James
Komawa Mai Farin Ciki Zuwa Sihiyona
Wakar Hawan Sama.
126 Lokacin da Ubangiji ya dawo da [a] bauta ta Sihiyona,
Mun kasance kamar waɗanda suke mafarki.
2 Sai bakinmu ya cika da dariya,
Harshenmu kuma ya cika da waƙa. Sai suka ce a cikin al'ummai,
"Ubangiji ya yi musu manyan abubuwa." 3 Ubangiji ya yi
mana
manyan abubuwa,
kuma muna farin ciki.
4 Ka dawo da mu da yaƙi, Ya Ubangiji,
Kamar kogunan da ke kudu.
5 Waɗanda suka shuka da hawaye
za su girbe da farin ciki.
6 Wanda ya ci gaba da tafiya yana kuka,
Yana ɗaukar iri don shuka,
babu shakka zai dawo da farin ciki,
Yana ɗauke da dambunsa.

Ibraniyawa 7:25
Sabon Juyin Sarki James
25 Saboda haka yana da ikon ceton waɗanda suka zo wurin Allah ta wurinsa, domin yana raye koyaushe don ya yi roƙo dominsu.

Zabura ta 126

Saƙon
126 1-3 Ya yi kama da mafarki, abin da ya yi wa
Sihiyona daɗi sosai, lokacin da Allah ya dawo da waɗanda aka
kora daga bauta. Mun yi dariya, mun rera waƙa, ba mu yarda
da sa'armu ba. Mu ne abin da al'ummai ke magana a kai— "
Allah abin al'ajabi ne a gare su!"
Allah abin al'ajabi *ne* a gare mu;
mu mutane ɗaya ne masu farin ciki.
4-6 Yanzu kuma, Allah, ka sake yi—
ka kawo ruwan sama ga rayuwarmu da fari ya shafa Don haka
waɗanda suka shuka amfanin gonakinsu cikin damuwa za su
yi ihu "Eh!" a lokacin girbi, Don haka waɗanda suka tafi da
zuciya mai nauyi za su dawo gida suna dariya, da kayan
albarka.

Ibraniyawa 7:25
Saƙon
23-25 A da, akwai firistoci da yawa, domin sun mutu kuma dole
ne a maye gurbinsu. Amma matsayin firistocin Yesu na
dindindin ne. Yana nan daga yanzu zuwa har abada don ceton
duk wanda ya zo wurin Allah ta wurinsa, koyaushe yana kan
aiki don yin magana a madadinsu.

6 na safe Baba, muna gode maka domin aikinmu a cikin addu'a ba a banza ba ne kuma zuriyarmu za ta dawo da girbi.

9 na safe Muna yi wa Yesu Kiristi albarka, mai rokonmu na har abada, wanda yake raye har abada don yin roko dominmu.

12 na rana Ina rufe kowace amsa, nasara, ceto, da kuma mu'amalar Allah da aka cimma a wannan azumin.

3pm Bari a kiyaye abin da aka dauka a cikin addu'a daga sata, cin hanci da rashawa, da asara da wuri.

6 na yamma Ubangiji, ka ba mu umarni daga wannan azumi da man fetur mai kyau, hangen nesa mai kyau, da kuma ikon da aka gwada.

9 na dare Na ba da umarni cewa wannan lokacin zai fito cikin addu'a mai dorewa, ba himma ta dan lokaci ba; cikin 'ya'yan itace masu dorewa, ba motsin rai na dan lokaci ba.

12 na safe Bari shaidar warkarwa, ceto, gyarawa, tanadi, da gyara su yawaita bayan wannan azumin.

3am Ya Allah, ka cika abin da ka fara a cikinmu, ta hanyarmu, da kuma kewaye da mu, kuma daukaka ta kasance taka kadai.

Kammalawa

Tsayawa da Aminci a Cikin Tazara

A cikin waɗannan kwanaki arba'in na addu'a da azumi, masu bi sun sanya kansu a gaban Allah da gangan a madadin Ikilisiya, shugabanni, da al'ummai.

Addu'a ba wai kawai tana magana ne game da kalmomin da aka faɗa a cikin addu'a ba. Tana magana ne game da tsayawa a cikin gibin da ke tsakanin sama da ƙasa, da gaskata cewa manufofin Allah na iya canza rayuka, al'ummomi, da kuma dukkan al'ummai.

Annabi Ezekiel ya rubuta zuciyar Allah lokacin da Ya ce:

"Na nemi mutum a cikinsu wanda zai gina ganuwa ya tsaya a wurin da aka tsaga a gabana domin ƙasar." (Ezekiel 22:30)

Wannan gayyatar har yanzu tana nan a yau.

Allah yana ci gaba da neman waɗanda za su yi addu'a—ba wai kawai don buƙatunsu na kashin kansu ba, har ma don makomar Ikilisiya da makomar al'ummai.

Tsawon shekaru ashirin, wannan agogon kwana arba'in—daga **17 ga Maris zuwa 25 ga Afrilu** —an kiyaye shi a matsayin lokacin addu'a na musamman. Abin da ya fara a matsayin kiran addu'a na kai ya zama nauyi na gama gari da masu bi suka ɗauka waɗanda suka fahimci muhimmancin yin addu'a don alkiblar ruhaniya ta duniyarmu.

Ta hanyar waɗannan addu'o'in muna roƙon Allah ya ƙarfafa Ikilisiyarsa, ya shiryar da shugabanni da hikima da adalci, kuma ya jawo mutane da yawa waɗanda ba su taɓa saninsa ba zuwa gamuwa ta ceto da Yesu Kiristi.

Addu'o'in da ke cikin wannan littafin ba ƙarshen addu'a ba ne. Mafari ne.

Kiran tsayawa a cikin wannan gibin ya ci gaba fiye da waɗannan kwanaki arba'in.

Iyalai suna buƙatar addu'a.

Coci-coci suna buƙatar addu'a.

Al'ummomi suna buƙatar addu'a.

Al'ummai suna buƙatar addu'a.

Kuma tuddai bakwai na tasiri—addini, iyali, ilimi, gwamnati, kafofin watsa labarai, fasaha da al'adu, da kasuwanci—suna buƙatar masu bi waɗanda za su ci gaba da neman hikimar Allah da shiga tsakani.

Yayin da kake kammala wannan agogon kwana arba'in, ka tuna cewa Ruhu Mai Tsarki yana ci gaba da jagorantar addu'o'in mutanen Allah. Yesu Kiristi da kansa yana yin roƙo a gaban Uba, kuma ana gayyatar masu bi a ko'ina su shiga cikin wannan hidima mai tsarki.

Ubangiji Allah Ya ƙarfafa alƙawarinka ga addu'a.

Bari rayuwarka ta kasance haikali mai rai inda Ruhun Allah yake zaune.

Bari muryarka ta ci gaba da tashi a gaban sama a madadin Ikilisiya da al'ummai.

Kuma Allah ya ci gaba da daukaka a kowane fanni na tasirin dan Adam.

Kiran ya kasance a bayyane:

Ka tsaya a cikin wannan gibin.
Ka yi addu'a ba tare da katsewa ba. Ka yi imani da sauyi na al'ummai.

Shiga Kungiyar Ceto ta Duniya

Kira ga Masu Ceto Miliyan 10

Ba a yi nufin a ɗauki wannan aikin addu'a shi kaɗai ba. Allah yana ta da **ƙungiyar masu roƙo a duniya** waɗanda za su tsaya a cikin gibin da ke tsakanin Ikilisiya, shugabanni, da kuma al'ummai.

Ta wannan ɗan littafin, ana gayyatar masu bi a faɗin duniya su shiga **ƙungiyar roƙo mai tasowa ta mayaƙan addu'a sama da miliyan 10** da suka sadaukar da kansu don neman Allah don sauyi ga al'ummomi.

Ana gayyatar ku da ku haɗu da ɗaya daga cikin al'ummominmu masu samar da kayan aiki kuma ku ci gaba da girma a cikin addu'a, almajiranci, da kuma samuwar ruhaniya.

Haɗa da Al'ummomin Kayan Aikinmu
Shiga kowace al'umma mai cike da kuzari bisa ga sha'awar ruhaniyarku.
Miliyan 10 - Al'umma Kayan Aikin Ceto
Facebook
https://www.otakada.org/facebookintercessory

Makarantar Ruhu Mai Tsarki - Al'ummar Almajirai
Facebook
https://www.otakada.org/facebookholyghostschool
Telegram
https://t.me/holyghostschooldiscipleship

Al'umma Masu Ceto Miliyan 10 Suna Ba da Kayan Aiki
WhatsApp
https://www.otakada.org/whatsappintercessory

"Mu Ɗaya Ne Cikin Almasihu Yesu"
Al'ummomin WhatsApp na Allah's Eagle Ministries (GEM)
Al'umma ta 1
https://www.otakada.org/whatsappcommunity1
Al'umma ta 2
https://www.otakada.org/whatsappcommunity2

Ziyarci Shagonmu na Kan layi
Bincika tarin littattafan Kirista masu ban sha'awa da albarkatun da aka tsara don samar wa masu bi daman addu'a, almajiranci, da hidimar Mulki.
Sayi a nan
https://shop.otakada.org

Sai mun haɗu a ɗaya gefen
Ayyukan Allah na Eagle (GEM)
Al'umma don Karshen Zamani
Yanar Gizo
https://www.otakada.org
Imel na
ambassador@otakada.org
Da godiya,
Kwamitin Maraba

KIRA ZUWA AIKI

Hadin gwiwa don Girbi

Yayin da kake rufe wannan littafin, muna gayyatarka ka ci gaba da tafiyar mataki ɗaya gaba—ba kawai a rayuwarka ba, har ma da rayuwar rayuka marasa adadi a faɗin al'ummai. Idan saƙonnin da ke fitowa daga God's Eagle Ministries (GEM) sun ƙarfafa, sun farka, ko kuma sun gyara zuciyarka, muna roƙonka da ka yi la'akari da **yin tarayya da mu cikin addu'a domin amfanin girbi** . Duniya tana jin yunwar gaskiya, bege, da kuma muryar Ruhu Mai Tsarki mai laushi amma ba tare da kuskure ba, kuma tare za mu iya sanya waɗannan saƙonnin a inda ake bukatarsu sosai.
tashar ruhaniya ce da aka jefa cikin ƙasashe, ƙauyuka, birane, da wurare ɓoyayye. Ta hanyar fim, bidiyo, rediyo, da hidimar dijital, GEM tana isa ga mutanen da ba za su taɓa shiga coci ba, amma waɗanda zukatansu a buɗe suke don su haɗu da Kristi mai rai.

Hadin gwiwar ku yana taimaka mana:

1. Shirya Fim da Bidiyo Masu Cike da Ruhi
Labarai da koyarwa da ke warkarwa, wahayi, da kuma bayyana ƙaunar Yesu ta hanyoyi bayyanannu, masu alaƙa, masu canza rayuwa.

2. Yaɗa Bishara a Rediyo
Ɗauki Kalmar Allah zuwa gidajen yari, asibitoci, al'ummomin karkara, da wurare da ba a iya isa ga intanet ba—inda bege ba shi da yawa kuma gaskiya tana da daraja.

3. Faɗaɗa Yaƙin Neman Koyarwa da Almajiranci a Kafafen Sadarwa na Zamani

Ibada ta yau da kullum, addu'o'i, da koyarwa da ke ƙarfafa masu bi, suna maido da iyalai, da kuma samar wa almajirai kayan aiki a duk duniya.

Dalilin da Yasa Tallafinku Yake Da Muhimmanci

Kowace saƙo da aka fitar ta zama iri na haske.
Kowace koyarwa ta zama ruwan canji. Kowace aikin karimci ta zama wani ɓangare na girbin Allah na duniya.
Bayar da gudummawarku tana taimaka wa wannan hidima ta isa ga rayukan da ba za mu taɓa haɗuwa da su a duniya ba, amma tabbas za mu haɗu a har abada. Babu wani adadi mai ƙayyadadden adadi - bayar da shi ne kawai yayin da Ubangiji ke jagorantar ku. Kowace kyauta, babba ko ƙarama, tana taka rawa wajen ci gaban Mulkin.

Don Abokin Hulɗa ko Bayarwa:
PayPal:
https://www.paypal.com/ncp/payment/D6NEFW56KG8LU
Tithe.ly:
https://tithe.ly/give?c=308311

Flutterwave -
https://flutterwave.com/donate/bbkpkokehxlw

Duk Hanyoyin Ba da Gudummawa:
https://www.otakada.org/partnership-giving
Na gode da tsayawa tare da mu.
Na gode da shuka har zuwa girbi. Na gode da taimaka mana mu isar da saƙon Kristi ga al'ummai.
Ubangiji ya albarkace ku da yalwa, ya ƙara muku yalwa, ya kuma ninka kowace iri da kuka shuka domin ɗaukakarsa.
Cikin sunan Yesu mai girma, Amin.

-Ambassador Monday O. Ogbe , Zacharias Godseagle ; Ta'aziyya Ladi Wanda ya kafa Ogbe
, God's Eagle Ministries (GEM)
www.otakada.org

Yadda Ake Haihuwa Mako da Fara Sabuwar Rayuwa tare da Kristi

Watakila ka taɓa tafiya tare da Yesu a da, ko kuma watakila ka taɓa haɗuwa da Shi a cikin waɗannan kwanaki 40. Amma a yanzu, wani abu a cikinka yana motsawa.
Ka shirya fiye da addini.
Ka shirya don **dangantaka** .
Ka shirya ka ce, "Yesu, ina bukatar ka."
Ga gaskiyar magana:
"Gama kowa ya yi zunubi; dukanmu mun kasa ga mizanin ɗaukakar Allah... duk da haka Allah, cikin alherinsa, ya sa mu zama daidai a gabansa."
- Romawa 3:23-24 (NLT)
Ba za ka iya samun ceto ba.
Ba za ka iya gyara kanka ba. Amma Yesu ya riga ya biya cikakken kuɗin — kuma yana jiran ya yi maka maraba da gida.
Yadda Ake Haihuwa Sake
Mayar da haihuwa yana nufin mika rayuwarka ga Yesu — karɓar gafararsa, gaskatawa cewa ya mutu kuma ya tashi, da kuma karɓarsa a matsayin Ubangijinka da Mai Cetonka.
Yana da sauƙi. Yana da ƙarfi. Yana canza komai.
Yi Addu'a da Babban Iko:
"Ya Ubangiji Yesu, na yi imani kai Ɗan Allah ne. Na yi imani ka mutu saboda zunubaina kuma ka tashi kuma. Na furta cewa na yi zunubi kuma ina bukatar gafararka. A yau, na tuba kuma na juya daga tsoffin hanyoyina. Ina gayyatarka cikin rayuwata ka zama Ubangijina da Mai Cetona. Ka wanke ni da tsabta. Ka cika ni da Ruhunka. Ina shelar cewa an sake haihuwata, an gafarta mini, kuma an 'yanta ni. Daga yau zuwa gaba, zan bi ka - kuma zan rayu cikin sawunka. Na gode maka da ka cece ni. Cikin sunan Yesu, amin."

Matakai na Gaba Bayan Ceto

1. **Faɗa wa Wani** – Raba shawararka ga wani mai imani da ka amince da shi.
2. **Nemo Cocin da ke da Littafi Mai Tsarki** - Shiga cikin al'umma da ke koyar da Kalmar Allah kuma tana rayuwa da ita. Ziyarci hidimar Allah ta Eagle ta yanar gizo ta https://www.otakada.org ko https://chat.whatsapp.com/H67spSun32DDTma8TLh0ov
3. **Yi Baftisma** - Ɗauki mataki na gaba a bainar jama'a don bayyana imaninka.
4. **Karanta Littafi Mai Tsarki Kullum** - Fara da Linjilar Yohanna.
5. **Addu'a Kowace Rana** - Yi Magana da Allah a matsayin aboki kuma Uba.
6. **Ku Kasance Masu Haɗi** - Ku kewaye kanku da mutanen da ke ƙarfafa muku sabon tafiya.
7. **Fara Tsarin almajiranci a cikin al'umma** - Kirkiri dangantaka ɗaya bayan ɗaya da Yesu Kiristi ta waɗannan hanyoyin hadin yanar gizo

Ɗaliban kwana 40 1 - https://www.otakada.org/get-free-40-days-online-discipleship-course-in-a-journey-with-jesus/
Almajirai 40 2 - https://www.otakada.org/get-free-40-days-dna-of-discipleship-journey-with-jesus-series-2/

Lokacin Cetona
Kwanan wata : ____________________

Sa hannu : ____________________

"Idan kowa yana cikin Almasihu, sabuwar halitta ce; tsohuwar ta shude, sabuwar ta zo!"
- 2 Korintiyawa 5:17

Takardar Shaidar Sabuwar Rai Cikin Almasihu

Sanarwa ta Ceto - Haihuwa ta Mako ta Alheri
Wannan yana tabbatar da cewa

____

_
(Cikakken suna)
ya bayyana a fili **bangaskiya ga Yesu Kiristi**
a matsayin Ubangiji da Mai Ceto kuma ya karɓi kyautar ceto kyauta ta wurin mutuwarsa da tashinsa daga matattu.
"Idan ka furta a fili cewa Yesu Ubangiji ne, ka kuma gaskata a zuciyarka cewa Allah ya tashe shi daga matattu, za ka sami ceto."
- Romawa 10:9 (NLT)
A wannan rana, aljanna tana farin ciki kuma sabuwar tafiya ta fara.

Ranar Hukuncin : ______________________________

Sa hannu : ____

Sanarwa ta Ceto
"A yau, na mika rayuwata ga Yesu Kiristi.
Na yi imani Ya mutu saboda zunubana kuma Ya tashi. Na karɓe Shi a matsayin Ubangijina da Mai Cetona. An gafarta mini, an sake haife ni, kuma an sake yin sabo. Daga wannan lokacin zuwa gaba, zan yi tafiya a cikin sawunsa."
Barka da zuwa ga Iyalan Allah!
An rubuta sunanka a cikin Littafin Rai na Ɗan Rago.
Labarinka ya fara ne kawai — kuma har abada ne.

HADAWA DA HIDIMAR ALLAH TA EGLE

- Yanar Gizo: www.otakada.org
- Jerin Arziki Bayan Damuwa: www.wealthbeyondworryseries.com
- Imel: ambassador@otakada.org

- **Taimaka wa wannan aikin:**

Tallafawa ayyukan masarauta, ayyukan mishan, da albarkatun duniya kyauta ta hanyar bayar da gudummawa bisa ga alkawurra.

Duba lambar QR don bayarwa

https://tithe.ly/give?c=308311

Karimcinku yana taimaka mana mu isa ga karin rayuka, fassara albarkatu, tallafa wa masu wa'azi, da kuma gina tsarin almajiranci a duk duniya. Na gode!

Tarihin Marubuci

Zakariya Godseagle

Marubuci • Malami • Shugaban Masu Hankali

Zakariya Godseagle malami ne mai himma na Kalmar kuma murya mai fahimta ga Jikin Kristi. Da yake ɗauke da alheri na musamman don fahimtar ruhaniya, Zakariya yana hidima da haske, zurfin annabci, da kuma sha'awar da ke ƙona zuciya don ganin masu bi suna tafiya cikin tsarki, ibada, da kuma mika wuya ga Kristi na gaske.

A matsayinsa na abokin aiki a cikin aikin God's Eagle Ministries (GEM), yana taka muhimmiyar rawa wajen tsara abubuwan da suka shafi almajiranci, hasken littafi mai tsarki, da kuma isar da saƙo ta hanyar kafofin watsa labarai waɗanda suka shafi rayuwa a faɗin iyakokin dijital da na zahiri. Rubuce-rubucensa sun mayar da hankali kan sauye-sauye na ciki, biyayya, da kuma dawo da Kristi kan karagar zuciyar mai bi.

Zakhariya yana da ƙarfin gwiwa ta hanyar imani mai sauƙi: **idan zuciya ta daidaita, ƙaddara za ta daidaita.**

Yana ci gaba da isa ga masu sauraro a duk duniya ta hanyar koyarwa, jagoranci, da ayyukan kirkire-kirkire masu cike da Ruhu.

Ambasada Monday O. Ogbe

Mawallafi • Mai Sadarwa na Mishan • Wanda ya kafa, God's Eagle Ministries (GEM)

Ambasada Monday Oreojo Ogwuojo Ogbe shine wanda ya kafa **God's Eagle Ministries (GEM)** — wani aiki na duniya wanda ke da umarni na "haɗa mutane da Allah ta hanyar Kalmarsa." An san shi da tsananin sha'awarsa ga Ceto, gaskiya, bayar da labarai na motsin rai, da koyarwar annabci,

yana hidima a faɗin ƙasashe ta hanyar rubutu, watsa shirye-shirye, yin fina-finai, bishara ta dijital, da kuma almajirantarwa.
Da yake da gogewa a fannin shugabanci, kafofin watsa labarai, da kuma ayyuka, Ambasada Monday yana ɗauke da wani tsari na musamman na al'adu daban-daban wanda ke tasiri daga Afirka zuwa Asiya, Amurka, Turai, da Gabas ta Tsakiya.
Koyarwarsa tana fuskantar yaƙe-yaƙe na ɓoye na zuciyar mai bi—kwadayi, gwagwarmayar asali, gamsuwa ta ruhaniya, da kuma raguwar kusanci da Allah.
Shi ne marubucin addu'o'i da yawa, jerin littattafai, da koyarwar multimedia waɗanda suka isa ga miliyoyin mutane ta hanyar otakada.org da dandamalin dijital na GEM.
Saƙon rayuwarsa mai sauƙi ne amma mai zurfi:
"Lokacin da Kristi ya zauna a tsakiya, komai yana ɗaukar matsayinsa na gaskiya."

Comfort Ladi Ogbe

Marubuci • Mai Ceto • Abokin Aiki a Ma'aikatar
Comfort Ladi Ogbe marubuciya ce, mai roƙo, kuma mai aiki tare a cikin aikin Mulkin Allah na Ayyukan God's Eagle. Tana da baiwar tausayi, fahimta, da kuma ruhin kulawa, tana kawo zurfin motsin rai da tushe na ruhaniya ga kowane aiki da ta taɓa.
Gudummawarta—sau da yawa a bayan fage—suna ɗauke da ƙamshin tawali'u, hikima, da warkarwa. Masu hidima masu ta'aziyya ta hanyar ba da shawara, addu'a, almajiranci, da haɗin gwiwa na ƙirƙira, musamman a cikin ayyukan da ke jaddada dawo da iyali, balaga ta ruhaniya, da kuma canza zuciya.
A matsayinta na marubuciya, tana rubutu daga wani wuri na rayuwa mai cike da gogewa da kuma yakinin ruhaniya, tana ba wa masu karatu haske, ta'aziyya, da ƙarfafa gwiwa don su bi cikakken tsari cikin Almasihu.

Jin dadi yana da niyyar taimaka wa masu bi su fuskanci Allah ba kawai a cikin ilimi ba, har ma a cikin rayuwar yau da kullun—inda zuciya ke koyon amincewa, mika wuya, da kuma bunkasa.

Shafin Marubuci:
https://www.amazon.com/stores/Zacharias-Godseagle/author/B0FCZ89D4K

RATAYE

Shafi na A

Tsarin Addu'ar Dabaru na Minti 60

Dole ne a yi amfani da wannan tsari kowace rana - ba lokaci-lokaci ba.

Minti 30 — Bauta

Mayar da hankali kan wanene Allah kawai:

- Tsarkinsa
- Ikonsa na mallaka
- Rahamarsa
- Adalcinsa
- Ikonsa
- Amincinsa

Babu bukata.
Babu bukata. Sai girmamawa.

Minti 10 — Bayyana Ikonsa

Yi shela da baki:

- Allah ne ke mulkin rayuwata.
- Allah yana mulkin iyalina.
- Allah ya yi min jagoranci.
- Allah yana mulkin muhallina.
- Allah yana mulkin al'ummata.

Ana karfafa iko ta hanyar ayyanawa.

Minti 10 - Tuba

Duba:

- Halin
- Jawabi
- Dalilai
- Yarjejeniyar ɓoyayye
- Kasala ta ruhaniya

Yi ikirari musamman.

Minti 10 — Dokokin Da Suka Yi Daidai Da Mulkin

Bayyana daidaito bisa ga Littafi Mai Tsarki:

- Ina tafiya cikin tsarki.
- Ina rayuwa mai tsari.
- Ina jurewa da aminci.
- Ina cika aikin.
- Na ƙi ja da baya.

Kada ka zartar da burin son kai.
Ka yi daidai da Nassosi.

Shafi na B

Jagorar Sake Tsarin Horarwa na Kwanaki 7

Na tsawon kwanaki bakwai a jere:

1. Sa'a ɗaya ba tare da katsewa ba na addu'a mai tsari kowace rana.
2. Karanta Linjila ɗaya gaba ɗaya.
3. Binciken daidaito na dare.
4. Babu tsegumi, gunaguni, ko ƙari.
5. Aƙalla azumi ɗaya da gangan.
6. Rage hayaniyar dijital.
7. Duba lissafin kuɗi na yau da kullun.

Kwanaki bakwai suka sake gina hankali.

Shafi na C

Samfurin Alkawari Mai Aminci Na Kai

Rubuta wannan da hannunka.

ALKAWARIN KARIYA NA KAI

Ni, ______________________________,
ina bayyana cikakken amincina ga Yesu Kiristi.
Na yi watsi da rashin biyayya da aka raba.
Na ƙi sulhun ɓoye. Na sadaukar da kaina ga tsarki a rayuwa ta sirri da ta jama'a. Na sadaukar da kaina ga addu'a mai ladabi.
Na sadaukar da kaina ga aminci mai ɗorewa. Na karɓi aikina na allahntaka. Na ƙi ja da baya.
Na rufe wannan alkawari a gaban Allah.
An Sa Hannu: _____________
Kwanan Wata: _____________

ALBARKA TA KARSHE TA MAKIYANCI

Allah ya sa amincinka ya kasance mai ƙarfi.
Allah ya sa horonka ya kasance mai daidaito. Allah ya kiyaye makomarka. Allah ya sa juriyarka ta wuce ƙarfinka. Allah ya cika maka aikinka. Allah ya sa babu harsashi, babu cin amana, babu takaici, babu munafunci, ko kuma wani radadin dawowa ya ja ka baya.
Allah ya sa ka gama tserenka.
Allah ya yi muku albarka.
Gaba kawai.

LITTAFAI DA ALBARKAR DA AKA SHAWARA

Na Ga Wuta Daga Sama
Daga Jihadi zuwa Yesu - Mubaya'a a Karkashin Wuta

Wasiku Masu Rai - Jerin Ibada na Kwanaki 40 |Littafi na 3

E-Book – https://shop.otakada.org/product/i-saw-fire-from-heaven-from-jihad-to-jesus-allegiance-under-fire-prophet-isa-el-buba-in-epub/

Hadin Amazon Ebook https://www.amazon.com/Saw-Fire-Heaven-Allegiance-Devotional-ebook/dp/B0GP9TGL2D

Yi oda ta ingramspark
https://shop.ingramspark.com/b/084?params=L7sIm15JJC55NhWaeizvOlnnUVWZJdq7PISwLupgc8T

CS Lewis (1898-1963) - Kiristanci Kawai, Rayuwa Cikakke: Daga Tunani Mai Rage Hankali zuwa Rayuwa

Mai Canzawa (Wasiku Masu Rai - Jerin Ibada na Kwanaki 40 | Littafi na 2)

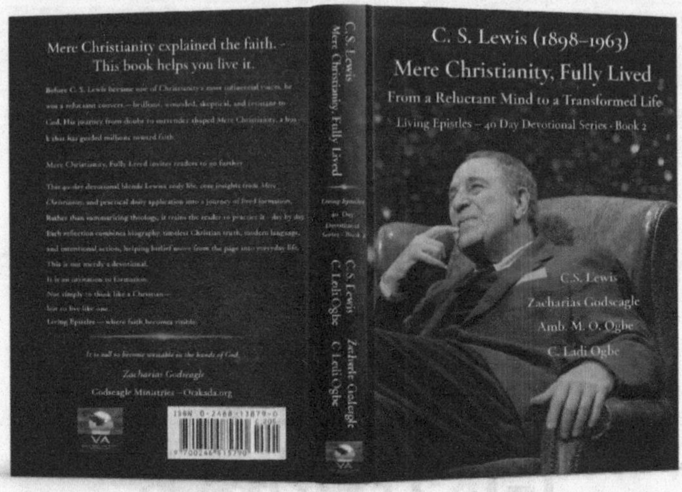

Littafin lantarki (eBook)

https://www.amazon.com/Lewis-1898-1963-Mere-Christianity-Fully-ebook/dp/B0GKQ27F9N

Takarda Mai Kyau
https://www.amazon.com/Lewis-1898-1963-Mere-Christianity-Fully/dp/B0GM8YMXC3

Murfin Tauri

https://www.amazon.com/Lewis-1898-1963-Mere-Christianity-Fully/dp/B0GM8WHXJL

Yi oda ta hanyar hadin yanar gizo -
https://shop.ingramspark.com/b/084?params=HEiG1mvNiEtCSBrrX4PON2IomPPhR8L5aoQG6wcuKCT

ST. AUGUSTINE NA HIPPO (354–430 AD)
Daga Zuciya Mai Natsuwa Zuwa Rayuwa Mai Rubutu - Wasiku Masu Rai - Jerin Ibada na Kwanaki 40 - 1

Hadin Amazon Ebook - https://www.amazon.com/ST-AUGUSTINE-HIPPO-354-430-Devotional-ebook/dp/B0GJN8N9XS

Hanyar yin oda ta Amazon Paperback -
https://www.amazon.com/St-Augustine-Hippo-354-
430-Devotional/dp/B0GJWTVLR6

Ingramspark Paperback -
https://shop.ingramspark.com/b/084?params=BZOO
W3dj93aGEtBL2Fv1VY8wV1OQvA10dtZRDgk7Z9Z

YI DUBAN NI

SABUNTARWA 7
Warkar da Zuciyar Gidanku Cikin Kwanaki 7
Jerin Sabuntawa - Buga Hadin Kan Iyali

Hadi zuwa Takardar Bayani ta Littafin - https://shop.ingramspark.com/b/084?params=htyfL002e1JzyEpZWkKtaXWF5FJ1jZFOjgiQKEfcbnw

Hadi zuwa Shafin Amazon Paperback - https://www.amazon.com/RENEWAL-Heal-Heart-Your-Renewal/dp/B0GD92153W

Hadi zuwa Amazon Ebook -

https://www.amazon.com/RENEWAL-Heal-Heart-Your-Renewal-ebook/dp/B0G91BMFND

YI DUBAN NI –

Sabuntawa ta 7: Warkar da Zuciyar Gidanka cikin Kwanaki 7

Jerin Sabuntawa — Buga Haɗin Kan Iyali

Hanya zuwa Paperback -

https://shop.ingramspark.com/b/084?params=nSEELv9oUsItOu5akVZlg4ycGbbmvlBOtSiqeOZr5yQ

Hadi zuwa ga takarda ta Amazon -
https://www.amazon.com/RENEWAL-MARRIAGE-Heart-Marriage-Renewal/dp/B0GDC1YZJ7

Hadi zuwa Amazon Ebook -
https://www.amazon.com/RENEWAL-MARRIAGE-Heart-Marriage-Renewal-ebook/dp/B0G6JXJWJL

Al'arshin zuciya – Yake-yake 12 da dole ne mu ci

Amazon ebook -
https://www.amazon.com/THRONE-HEART-COVETOUSNESS-Counterfeit-CONTENTMENT-ebook/dp/B0G4SPFRY7

Takardar takarda ta Amazon -
https://www.amazon.com/THRONE-HEART-COVETOUSNESS-Counterfeit-CONTENTMENT/dp/B0G4TKW1ND

Takarda daga Ingramspark -
https://shop.ingramspark.com/b/084?params=a75LJXtvvI63VnzeQPleQTkAJWfu8CPQV6l5Oe31D80

Wa'azi 4 cikin 1 daga Zacharias Godseagle tare da hanyar haɗin sauti

Amazon Ebook - https://www.amazon.com/Sermons-Zacharias-Godseagle-Audio-links-ebook/dp/B0G4XCH4TW

Takardar takarda ta Amazon - https://www.amazon.com/Sermons-Zacharias-Godseagle-Audio-links/dp/B0G4TK4XGT

Takardar haɗin Ingram mai ɗauke da takardu - https://shop.ingramspark.com/b/084?params=nK2JERskkbhdAOSNseTUNRhaCFqUPZuhB4uYfqrXvGb

LAMBAR ALHAJI: Farkawa ta AI

Littafin e-littafi - https://www.amazon.com/Logos-Protocol-Awakening-artificial-intelligence-ebook/dp/B0FXNQFSWZ

Takarda - https://www.amazon.com/Logos-Protocol-Awakening-artificial-intelligence/dp/B0FXNGR66D

Hardback - https://www.amazon.com/Logos-Protocol-Awakening-artificial-intelligence/dp/B0FZNTQR6Y

Takardar Bayani ta Ingramspark - https://shop.ingramspark.com/b/084?params=QkK4aNYTYO9U5z9uOkdHgc7Ue1eGDLqbb1tz9WRPaSk

Dalilin da Yasa Ceto Ya Kasa - da kuma Yadda Wutar Allah Ke Mayar da Rai: Sanarwa 40 na Kullum Don Ceto Gabaɗaya

Littafin E-littafi - https://www.amazon.com/Why-Deliverance-Fails-Declarations-All-Round-ebook/dp/B0FW74L4G4

Takarda - https://www.amazon.com/Why-Deliverance-Fails-Declarations-All-Round/dp/B0FWB3LXRM

An Cece Amma An Rasa - Mai Koyarwa Mara Almajiri - an fassara shi zuwa harsuna 25

Takarda Mai Kyau
https://shop.ingramspark.com/b/084?params=iYNB6S3PLMfREpm0jMM15bMe3BvWlkjcYyLYnHVGAds
Littafin E-littafi - https://www.amazon.com/SAVED-BUT-LOST-UNDISCIPLED-heartbreak-ebook/dp/B0FVJ29DF7

KWANA 7 NA YAKIN RUHUNCI DA MUTUWARSA - wannan shine Kashi na 1

Daure Maƙiyi, Mayar da Kibiyoyi Sau Bakwai, da kuma Maido da Makomarku

https://shop.ingramspark.com/b/084?params=8mPzqUl73Ex7uPyeO7ydyt8EGkkB6u2gX1jZvWU8j1C

Haɗin littafin e-littafi -
https://www.amazon.com/DAYS-SPRITUAL-

WARFARE-RECOVERY-Returning-ebook/dp/B0FMPJM5KZ

KWANA 7 NA YAKIN RUHUNCI DA MAFARKI - Kashi na 2 - Rufe Nasarar, Karya Muguntar Gida, da kuma Kiyaye Makomarku Maidowa

Takarda - https://shop.ingramspark.com/b/084?params=LkpNmGSsApHhWhiSO7bW3wFmcXQKIO4ZEBeSbP5rL1S

Littafin E-littafi - https://www.amazon.com/DAYS-SPIRITUAL-WARFARE-RECOVERY-Wickedness-ebook/dp/B0FR9YCMY8

DAGA DUHU ZUWA MULKI: Kwanaki 40 Don 'Yantar Da Kai Daga Rufewar Duhu

–

Ibada ta Duniya ta Wayar da Kan Jama'a, Ceto da Iko - Ga Mutane, Iyalai, da Kasashe Masu Shirye Su Zama 'Yanci

Takarda Mai Kyau
https://shop.ingramspark.com/b/084?params=aVgp21QfwJxNANkfMxIQ0yejuFCVY12KFr978SRkZUD
Amazon - https://www.amazon.com/DARKNESS-DOMINION-Devotional-Awareness-Deliverance-ebook/dp/B0FLDH2Y67

- ***An Ceto Daga Ikon Duhu* (Takarda)** — Saya Nan | Littafin E-littafi akan Amazon

  - **Manyan Sharhi daga Amurka:**
    - **Abokin Ciniki na Kindle** : "Mafi kyawun karatun Kirista!" (Taurari 5)

Yabo ga Yesu saboda wannan shaidar. Na sami albarka sosai kuma zan ba da shawarar kowa ya karanta wannan littafin... Gama sakamakon zunubi mutuwa ne amma baiwar Allah ita ce rai madawwami. Shalom! Shalom!

- **Da Gster** : "Wannan littafi ne mai ban sha'awa kuma mai ban mamaki." (Taurari 5)

Idan abin da aka faɗa a cikin littafin gaskiya ne to lallai mun yi baya sosai kan abin da maƙiyi zai iya yi! ... Dole ne ga duk wanda ke son koyo game da yaƙin ruhaniya.

- **Visa** : "Ina son wannan littafin" (Taurari 5)

Wannan abin buɗe ido ne... ikirari na gaskiya... Kwanan nan ina neman sa a ko'ina don in saya. Ina matukar farin cikin samun sa daga Amazon.

- **FrankJM** : "Ya bambanta sosai" (taurari 4)

Wannan littafin yana tunatar da ni yadda yakin ruhaniya yake da gaske. Hakanan yana tunatar da ni dalilin sanya "Cikakken Sulke na Allah."

- **JenJen** : "Duk wanda ke son zuwa Aljanna - karanta wannan!" (Taurari 5)

Wannan littafin ya canza rayuwata sosai. Tare da shaidar John Ramirez, zai sa ka kalli imaninka daban. Na karanta shi sau 6!

- *Tsohon Mai Son Shaidan: The James Exchange* (Paperback) — Saya Nan | Littafin eBook akan Amazon

- ***SHAIDAR WANI TSOHUWAR SHAIDAN TA AFRIKA** - Fasto JONAS LUKUNTU MPALA* (Takarda) — Saya Nan | Littafin eBook akan Amazon

- ***Babban Exploits 14*** **(Takarda) — Saya Nan | Littafin e-littafi akan Amazon**

- *Kaushin Shaidan* na John Ramirez — Ana samunsa a Amazon

- *Ya Zo Ya 'Yantar da Kamammunan* ta Rebecca Brown — Nemo a Amazon

Sauran littattafan da marubuci ya wallafa - Sama da taken 1000

An ƙaunace mu, an zaɓe mu kuma an yi mana cikakken bayani : Tafiya ta Kwanaki 30 daga ƙin yarda zuwa **Maidowa wadda** aka fassara zuwa harsuna 40 na duniya
https://www.amazon.com/Loved-Chosen-Whole-Rejection-Restoration-ebook/dp/B0F9VSD8WL

https://shop.ingramspark.com/b/084?params=xga0WR16muFUwCoeMUBHQ6HwYjddLGpugQHb3DVa5hE

A Matsayinsa — Kalubalen Yakin Duniya na Kwanaki 40:
Rayuwa Kamar Yesu a Labarun Rayuwa na Gaske a Duniya

https://www.amazon.com/His-Steps-Challenge-Real-Life-Stories-ebook/dp/B0FCYTL5MG

https://shop.ingramspark.com/b/084?params=DuNTWS59IbkvSKtGFbCbEFdv3Zg0FaITUEvlK49yLzB

YESU A KOFAR:
Labarai 40 Masu Raɗawa da Gargaɗin Karshe na Sama ga Cocin Yau

https://www.amazon.com/dp/B0FDX31L9F

https://shop.ingramspark.com/b/084?params=TpdA5j8WPvw83glJ12N1B3nf8LQte2a1lIEy32bHcGg

JESUS AT THE DOOR
40 HEARTBREAKING STORIES AND HEAVEN'S FINAL WARNING TO TODAY'S CHURCHES
ZACHARIAS GODSEAGLE, COMFORT LADI OGBE, AMBASSADOR MONDAY O. OGBE

RAYUWAR ALKAWARI: Kwanaki 40 na Tafiya Cikin Albarkar Kubawar Shari'a 28

- https://www.amazon.com/dp/B0FFJCLDB5

Labarai daga Mutane na Gaske, Biyayya ta Gaske, da kuma na Gaske

https://shop.ingramspark.com/b/084?params=bH3pzfz1zdCOLpbs7tZYJNYgGcYfU32VMz3J3a4e2Qt

Canji a cikin harsuna sama da 20

SAN ITA DA SAN SHI:
Kwanaki 40 zuwa Waraka, Fahimta, da Kauna Mai Dorewa

https://www.amazon.com/KNOWING-HER-HIM-Healing-Understanding-ebook/dp/B0FGC4V3D9

https://shop.ingramspark.com/b/084?params=vC6KCLoI7Nnum24BVmBtSme9i6k59p3oynaZOY4B9Rd

CIKAKKEN, BA A GASA BA:
Tafiya ta Kwanaki 40 zuwa ga manufa, haɗin kai, da haɗin gwiwa

https://shop.ingramspark.com/b/084?params=5E4v1tHgeTqOOuEtfTYUzZDzLyXLee30cqYo0Ov9941

https://www.amazon.com/COMPLETE-NOT-COMPETE-Journey-Collaboration-ebook/dp/B0FGGL1XSQ/

LAMBAR LAFIYA TA ALLAH - Maɓallai 40 na Kullum Don Inganta Waraka Ta Hanyar Kalmar Allah da Halitta Buɗe Ikon Warkarwa na Shuke-shuke, Addu'a, da Ayyukan Annabci

https://shop.ingramspark.com/b/084?params=xkZMrYcEHnrJDhe1wuHHYixZDViiArCeJ6PbNMTbTux

https://www.amazon.com/dp/B0FHJT42TK

Ana iya samun wasu littattafai a shafin marubucin
https://www.amazon.com/stores/Ambassador-Monday-O.-Ogbe/author/B07MSBPFNX

www.ingramcontent.com/pod-product-compliance
Lightning Source LLC
LaVergne TN
LVHW032024041026
849517LV00008B/2736

* 9 7 9 8 2 9 5 7 0 0 1 1 8 *